பொது சிவில் சட்டம்

பொது சிவில் சட்டம்

(Uniform Civil Code)

ஒரு விளக்கக் கையேடு

முனைவர் சுப. உதயகுமாரன்

எதிர் வெளியீடு

பொது சிவில் சட்டம்: ஒரு விளக்கக் கையேடு
முனைவர் சுப. உதயகுமாரன்

முதல் பதிப்பு: ஜூலை 2023
எதிர் வெளியீடு,
96, நியூ ஸ்கீம் ரோடு, பொள்ளாச்சி – 642 002
தொலைபேசி: 04259 226012, 99425 11302

விலை: ரூ. 50

Pothu Civil Sattam
Uniform Civil Code
SP. Udayakumaran

Copyright © SP. Udayakumaran
First Edition: July 2023

Published by
Ethir Veliyeedu, 96, New Scheme Road, Pollachi – 2
email: ethirveliyedu@gmail.com
www.ethirveliyeedu.com

ISBN: 978-81-964050-8-3
Cover Design: Negizhan
Printed at Jothy Enterprises, Chennai.

All rights reserved. No part of this book may be reprinted or reproduced or utilised in any form or by any electronic, mechanical or other means, now known or hereafter invented, including Photocopying and recording, or in any information storage or retrieval system, without permission in writing from the Publisher.

முன்னுரை

பொது சிவில் சட்டம் பற்றிய அடிப்படைத் தகவல்களும், விபரங்களும் மக்களுக்கு உடனடியாகத் தேவைப்பட்டக் காரணத்தால் இந்தக் கையேட்டை அவசரமாக எழுதி, பசுந்தமிழம் பதிப்பகம் சார்பாக வெளியிட்டு விநியோகித்தோம். அந்தப் பணியில் பச்சைத் தமிழகம் கட்சித் தோழர்களும், தம்பி திரு. குணசீலன் வேலன் அவர்களும் பெரிதும் உதவினார்கள்.

அப்போது தோழர் கௌதம சித்தார்த்தன் அவர்கள் எதிர் பதிப்பகம் சார்பாக வெளியிட்டு இதன் பரவலாக்கத்தை விரிவுபடுத்த அன்புடன் பணித்தார். அதனடிப்படையில் இது வெளியிடப்படுகிறது. இன்னும் மேம்படுத்தலும், மேலதிக ஆய்வுகளும் தேவைப்படுவதை நான் உணர்கிறேன். நீங்களும் உங்கள் கருத்துகளை, எதிர்வினைகளை அறியத் தாருங்கள்.

இக்கையேட்டின் முதற்படியைப் படித்து கருத்துத் தெரிவித்த தோழர்கள் திரு. எம். ஆர். வெங்கடேஷ், திரு. தமீமுன் அன்சாரி, வழ. நந்தினி சஞ்சீவி, திரு. பி. இரமேஷ் போன்றோருக்கு என் மனமார்ந்த நன்றிகள். இதனை அழகுற வெளியிட்டிருக்கும் எதிர் பதிப்பகத்தின் திரு. அனுஷ் மற்றும் தோழர்களுக்கு அன்பு கலந்த நன்றிகள்.

நாகர்கோவில்
யூலை 15, 2023

சுப. உதயகுமாரன்
spuk2020@hotmail.com

பொது சிவில் சட்டம்

பொது சிவில் சட்டம் (Uniform Civil Code) என்றால் என்ன?

திருமணம், மணமுறிவு (விவாகரத்து), சீவனாம்சம், சொத்துரிமை, குழந்தைகள் வளர்ப்பு மற்றும் பாதுகாப்பு, மரபுரிமை (inheritance), பராமரிப்பு (maintenance), விருப்புறுதிகள் (Wills), விருப்புறுதியற்ற நிலை மற்றும் வழிமுறையுரிமை (Intestacy and succession), கூட்டுக்குடும்பமும் பாகப்பிரிவினையும் (Joint Family and Partition), மகவேற்பு (தத்தெடுத்தல், adoption) உள்ளிட்ட குடிமையியல் (சிவில்) பிரச்சினைகளில் ஒவ்வொரு மதத்தினருக்கும், பிரிவினருக்கும் தனித்தனியாக சட்டங்கள் இருக்கக் கூடாது, அவை அனைவருக்கும் பொதுவானவையாக இருக்க வேண்டுமென்று கொள்வதுதான் பொது சிவில் சட்டத்தின் அடிப்படை.

மேற்படி விடயங்கள் அரசியலமைப்புச் சட்டத்தின் ஏழாவது அட்டவணையில் பட்டியல் 3 - பொதுப்பட்டியலில் (List III - Concurrent List of the Seventh Schedule to the Constitution) குறிப்பிடப்பட்டுள்ளன. அரசியலமைப்புச் சட்டத்தின் உறுப்பு 44 இந்தியா முழுவதுமுள்ள அனைத்து மக்களுக்குமான பொது சிவில் சட்டம் கொண்டு வருவதற்கு இந்திய அரசு முயற்சி செய்யும் என்று தெரிவிக்கிறது.

தற்போது திருமணம், மணமுறிவு, சீவனாம்சம், மகவேற்பு, வழிமுறையுரிமை, மரபுரிமை போன்றவற்றை உள்ளடக்காத சீரானச் சட்டங்கள் இந்தியாவில் இருக்கின்றன. திருமணம் மற்றும் மணமுறிவு விடயத்தில்கூட "சிறப்பு திருமணச் சட்டம் 1954" என்பது அதனடிப்படையில் திருமணம் செய்துகொள்வோர் அனைவருக்கும் பொருந்துவதாகவே இருக்கிறது. அதேபோல, "வரதட்சிணை தடுப்புச் சட்டம்," "குழந்தைத் திருமணத் தடுப்புச் சட்டம்" போன்றவை மத வேறுபாடுகளின்றி அனைத்துத் தரப்பு

மக்களுக்கும் உரியவையாகவே உள்ளன. மேலும் "குற்றவியல் நடைமுறைச் சட்டம் 1973" என்பதன் பிரிவு 125 கைவிடப்பட்ட மனைவியரின், குழந்தைகளின், பெற்றோரின் சீவனாம்சத்திற்காக பயன்படுத்தப்படும் பொது சிவில் சட்டமாகவே இருக்கிறது.

ஆனாலும் இச்சட்டங்களால் சமூகத்தில் சீரானத் தன்மையை *(uniformity in society)* உருவாக்க இயலவில்லை. எடுத்துக்காட்டாக, நாட்டில் பல்வேறு சிவில் சட்டங்கள் புழங்கும்போது, தன்னுடைய கணவனின் அல்லது தகப்பனின் சொத்துக்கள் மீதான ஒரு பெண்ணின் உரிமைகள் போன்ற பல்வேறு சிவில் விவகாரங்களில் ஏராளமான முரண்பாடுகள் எழுகின்றன. எனவே அரசியலமைப்புச் சட்டத்தின் அங்கங்களாக இல்லாத இந்து திருமணச் சட்டம், முசுலீம் தனிநபர் சட்டம் போன்ற அனைத்துச் சட்டங்களையும் உள்ளடக்கிக்கொண்டு, சமூகநீதியைக் காப்பதற்காக அரசியலமைப்புச் சட்டம் முன்வைக்கும் ஒரு திட்டம்தான் பொது சிவில் சட்டம். நாட்டின் சட்ட அமைப்பை மதச்சார்பற்றதாகவும், நவீனமானதாகவும் மாற்றுவதே அதன் குறிக்கோள்.

பொது சிவில் சட்டத்தை ஆதரிப்பவர்கள், ஒரு மதச்சார்பற்ற நாட்டின் சட்டங்கள் அனைத்தும் மதங்களிடமிருந்து பிரித்தே வைக்கப்பட வேண்டும் என்கின்றனர். நம்முடைய பல சட்டங்கள் பாலியல் அசமத்துவம், நிலப்பிரபுத்துவத்தன்மை கொண்ட சொத்து உறவுகள், பொருத்தமற்ற பழக்கவழக்கங்கள் எனும் பிற்போக்குத்தனங்களின் மீது கட்டமைக்கப்பட்டிருக்கின்றன. இனிமேலாவது இவை தனி மனிதர்களின் சமூகநீதி, சமத்துவம், கண்ணியம் எனும் நோக்கில் சீரமைக்கப்பட வேண்டும்; அரசியலமைப்புச் சட்ட விழுமியங்களோடு பொருந்தும் வகையில் நம்முடைய சட்டங்களை நவீனமயப்படுத்துவது நம்மை ஒரு சீரான தன்மைக்கு இட்டுச்செல்லும் என்பது ஆதரவாளர்களின் நிலைப்பாடு.

ஆனால் பொது சிவில் சட்டத்தை எதிர்ப்பவர்கள், இந்தியா ஒரு பன்முகத்தன்மை கொண்ட நாடு என்பதால் சட்டப் பன்மைத்துவம் பேணப்பட வேண்டும் என்கின்றனர். சட்ட ஒழுங்குபடுத்தலுக்கான முயற்சிகள் தேச ஒற்றுமை மற்றும் ஒருங்கிணைப்பின் மீது தேவையற்ற அழுத்தங்களை ஏற்படுத்தும் என்று அவர்கள் அஞ்சுகின்றனர். ஒருவேளை பொது சிவில் சட்டத்தை நாம் உருவாக்கினாலும், விதிகளின் பன்மைத்தன்மையை நாம் பேணியாக வேண்டும், தீங்கற்ற

மதச்சடங்குகளை, பழக்கவழக்கங்களை சிவில் சட்டத்தின் பிடிக்குள் கொண்டுவராமல் தொடர அனுமதிக்க வேண்டும் என்பது அவர்களின் வேண்டுகோளாக இருக்கிறது.

பொது சிவில் சட்டத்துக்குள் ஆழமாகச் செல்லும் முன்னர், இந்தியச் சட்டங்கள் பற்றிய பரந்துபட்ட அம்சங்களை விளக்குங்களேன்?

இந்தியா ஒரு கலப்பினச் சட்ட அமைப்பைக் கொண்டது. காலனியாதிக்க பிரிட்டிஷ் நாட்டின் சட்டக் கட்டமைப்பிலிருந்தும், அவர்கள் இயற்றிய சட்டங்களிலிருந்தும் பெறப்பட்ட பொதுச் சட்டம் (common law), குற்றவியல் சட்டம் (criminal law), குடிமையியல் சட்டம் (civil law) மற்றும் நடைமுறைச் சட்டம் (statutory law) போன்றவற்றின் கூட்டுக்கலவையே இந்தியச் சட்டங்கள்.

பொதுச் சட்டம் அல்லது சட்டவியல் (jurisprudence) என்பது நீதிபரிபாலனத்தின் எழுதப்படாதச் சட்டங்களிலிருந்து பெறப்படுவது. நீதிமன்றங்களிலிருந்தும், நடுவர் மன்றங்களிலிருந்தும் பெறப்பட்டு நிறுவப்பட்டிருக்கும் தீர்ப்புகள் மற்றும் நடைமுறைகள் இவற்றுக்கு அடிப்படையாக அமைகின்றன. இந்தியாவின் ஒட்டுமொத்தச் சட்ட அமைப்பு என்பது பொதுச் சட்டம், மதச் சட்டம், சிவில் சட்டம் எனும் மூன்று முக்கிய மூலங்களிலிருந்து பெறப்படுகிறது. இந்தியாவில் சற்றொப்ப 1,200 சட்டங்கள் இப்போது நடைமுறையில் உள்ளன.

குற்றவியல் (கிரிமினல்) சட்டம் என்பது என்ன?

இந்தியக் குற்றவியல் நடைமுறைகளைப் பொறுத்தவரை, இந்தியத் தண்டனைச் சட்டம் (Indian Penal Code--IPC) 1860, குற்றவியல் நடைமுறைச் சட்டம் (Criminal Procedure Code--CrPC) 1973, இந்தியச் சான்றுச் சட்டம் (Indian Evidence Act) 1872 என்பவையே மேலாண்மை செய்கின்றன. இந்தியத் தண்டனைச் சட்டம் முதலாவது சட்ட ஆணையத்தால் 1834ஆம் ஆண்டு வடிவமைக்கப்பட்டு, பல திருத்தங்களும், மாற்றங்களும் செய்யப்பட்டு, பல்வேறு செயல்முறைகளுக்கு உள்ளாக்கப்பட்டு, சனவரி 1, 1862 அன்று நடைமுறைப்படுத்தப்பட்டது. குற்றங்களை வரையறுத்து, அவற்றுக்கான தண்டனைகளைப் பட்டியலிடுகிற

இந்தியத் தண்டனைச் சட்டம் நான்கு பகுதிகளையும், 23 அத்தியாயங்களையும், 511 பிரிவுகளையும் கொண்டது.

குற்றவியல் நடைமுறைச் சட்டம், 1973 என்பது இந்தியத் தண்டனைச் சட்டத்தை நிர்வகித்து நடைமுறைப்படுத்தும் சட்டமாக இருக்கிறது. தண்டனைச் சட்டம் சுட்டிக்காட்டும் ஒரு சட்ட மீறலை காவல்துறை விசாரணை செய்யும்போது மேற்கொள்ள வேண்டிய நடைமுறைகளைக் குற்றவியல் நடைமுறைச் சட்டம் வரையறுக்கிறது. இது நீதிமன்றத்திற்கும், நீதிபதிகளுக்கும் உரிய அதிகாரத்தை வழங்குகிறது.

எடுத்துக்காட்டாக, குப்பன் என்பவர் சுப்பனின் வீடுபுகுந்து அவரைக் கொலை செய்கிறார் என்று வைத்துக்கொள்வோம். இந்தியத் தண்டனைச் சட்டத்தின் பிரிவு 300 கொலை எனும் குற்ற நடவடிக்கையை வரையறுக்கும். அதேபோல, பிரிவு 302 அந்தக் குற்றத்திற்கான தண்டனையைப் பரிந்துரைக்கும். ஆனால் குப்பனை எப்படித் தண்டிப்பது?

கொலை என்பது பிணையில் வெளியே வர முடியாத, தெளிகுற்றம் (cognizable-தெளிவாகத் தெரிந்துணரப்படக்கூடிய குற்றம்) என்பதால், குற்றவாளியின் குற்றத்தை தீர்மானிப்பதற்காகப் பின்பற்றப்பட வேண்டிய வழிமுறைகள் எவை, பிணை வழங்க இயலுமா அல்லது இயலாதா, கணக்கிலெடுக்கப்பட வேண்டிய ஆதாரங்கள் என்னென்ன எனும் விபரங்களையும், வழக்கின் விசாரணை, கொடுக்கப்பட வேண்டிய தண்டனை போன்றவற்றையும் குற்றவியல் நடைமுறைச் சட்டம், 1973 விவரிக்கிறது.

இந்தியாவிலுள்ள அனைத்துத் தரப்பு மக்களுக்கும் சாதி, மதம், இனம், மொழி, பாலினம், பாலியல் தெரிவு, வகுப்பு, தலைமுறை என்பன போன்ற எந்தவிதமான பேதங்களுமின்றி குற்றவியல் சட்டம் அனைவருக்கும் ஒன்றாகவே இருக்கிறது.

தற்போதுள்ள குடிமையியல் (சிவில்) சட்டம் பற்றிச் சொல்லுங்களேன்?

வன்முறை கலக்காது தகராறுகளைத் தீர்த்துக்கொள்வதற்கு பின்பற்றப்படும் விதிகளையும், ஒழுங்குமுறைகளையும் குடிமையியல் அல்லது சிவில் சட்டம் என்று அழைக்கிறோம். குடிமையியல் நடைமுறைச் சட்டம் (Code of Civil Procedure-CPC) 1908 என்பது இரண்டு பாகங்களைக் கொண்டது. முதல் பாகத்தில்

பொதுவான கொள்கைகள் தொடர்பான ஏற்பாடுகளை 158 பிரிவுகள் விவரிக்கின்றன. இரண்டாவது பாகத்திலுள்ள முதல் அட்டவணையில் காணப்படும் 51 ஆணைகளும், விதிகளும் சிவில் வழக்குகளைக் கையாள வேண்டிய அணுகுமுறைகளையும், செயல்முறைகளையும் பரிந்துரைக்கின்றன.

குற்றவியல் (கிரிமினல்) சட்டம், குடிமையியல் (சிவில்) சட்டம் என்பவற்றுக்கு இடையேயான தொடர்புகள் என்ன?

சிவில் சட்டம் தனிநபர்களுக்கு இடையேயான தகராறுகள் வன்முறை மோதலாக வெடித்துவிடாமலிருக்க வழிவகுக்கிறது. இது சமூக அங்கத்தினர்களுக்கிடையே கூட்டுறவை ஊக்குவித்து, சுரண்டல் நடவடிக்கைகளையும், அநியாயமான வர்த்தக நடவடிக்கைகளையும் தடுத்து நிறுத்துகிறது. ஆனால், சிவில் வழக்கில் பயன்படுத்தப்படும் ஆதாரம் ஒன்று கிரிமினல் விசாரணையைத் தூண்டினாலோ, அல்லது சிவில் வழக்கு விசாரணையில் ஏதாவது ஒரு தரப்பு கிரிமினல் நடவடிக்கைகளில் ஈடுபட்டிருக்கலாம் எனும் தகவல் வெளிப்பட்டாலோ, அந்த வழக்கு குற்றவியல் வழக்காக மாறலாம்.

சிவில் சட்டங்களின் பின்புலம், வரலாறு பற்றி விளக்குங்களேன்?

பிரிட்டிஷ் இந்தியாவின் முதல் கவர்னர் ஜெனரலாக இருந்த வாரன் ஹேஸ்டிங்க்ஸ் (Warren Hastings) 1773ஆம் ஆண்டு கொண்டுவந்த ஒழுங்கமைப்புச் சட்டம் (Regulating Act) சிவில் சட்டங்கள் பற்றிப் பேசினாலும், 1781ஆம் ஆண்டு நிறைவேற்றப்பட்ட இன்னொரு ஒழுங்கமைப்புச் சட்டம் இந்துக்களும், இசுலாமியர்களும் திருமணம், சொத்துரிமை, மத நிறுவனங்கள் போன்ற விடயங்களில் அவரவர் தனிநபர் சட்டங்களைப் பயன்படுத்திக் கொள்ளலாம் என்று அறிவித்தது. பிற விடயங்களைப் பொறுத்தவரை, அவை நாட்டின் நீதிபரிபாலனத்தோடு முரண்பட்டாலோ, அல்லது வேறு சட்டங்களால் ரத்து செய்யப்பட்டாலோ, தனிநபர் சட்டங்களில் நீதிமன்றங்கள் தலையிடலாம் என்றும் அறிவித்தது.

யூலை 1, 1859க்கு முன்னர் வங்காளத்தில் மட்டுமே ஒன்பதுக்கும் குறையாத வெவ்வேறு சிவில் சட்டங்கள் நடைமுறையில் இருந்தன. பிரிட்டிஷ் இந்தியாவின் இதரப் பகுதிகளிலும் இதே

நிலைமைதான் காணப்பட்டது. இந்தக் குழப்பத்திற்கு ஒரு முடிவுகட்டும் பொருட்டு, ஜான் ரொமிலி (*John Romilly*) என்பவரின் தலைமையிலான குழு 1859ஆம் ஆண்டு ஒரு சிவில் சட்டத்தை இயற்றியது, ஆனால் உச்சநீதிமன்றத்திலோ, பிரசிடென்சி நகரக் கீழமை நீதிமன்றங்களிலோ, ஒழுங்கமைக்கப்படாத மாநிலங்களிலோ அது செல்லுபடியாகாது என்றும் கொள்ளப்பட்டது. அந்தச் சட்டம் ஏராளமான குறைகளுடன் இருந்ததால், 1877ஆம் ஆண்டு மீண்டும் புதிதாக வடிவமைக்கப்பட்டது. ஐந்தாண்டுகளுக்குப் பிறகு, 1882-ஆண்டு புதிய சிவில் சட்டம் நிறைவேற்றப்பட்டது. இருபத்தைந்து ஆண்டுகளுக்கு மேலாக அமலில் இருந்த அந்தச் சட்டத்தில் கண்டறியப்பட்ட குறைபாடுகளைக் களைந்து, ஏர்ல் ரிச்சர்ட்ஸ் (*Earle Richards*) என்பவர் தலைமையிலான குழு 1908ஆம் ஆண்டு அதனைப் புதுப்பித்தது. சனவரி 1, 1909 அன்று அமுலுக்கு வந்த அந்தப் புதிய சட்டம் தொடர்ந்து பலமுறை திருத்தம் செய்யப்பட்டது.

பின்னர் அரசியலமைப்புச் சபையின் (*Constituent Assembly*) விவாதங்களின்போது, இசுலாமியர்கள் தங்களின் தனிநபர் சட்டம் தங்கள் மதத்தின் ஓர் அங்கமென்றும், அதில் எந்தவிதமான தலையீட்டையும் தாங்கள் சகித்துக்கொள்ள மாட்டோம் என்றும் அறிவித்தனர். ஆனாலும் அரசியலமைப்புச் சபை அவர்களுக்கு எந்தவிதமான உறுதிமொழியையும் வழங்கவில்லை.

பொது சிவில் சட்டத்தைப் பொறுத்தவரை, "தற்போதைய தருணத்தில், அதனை நிறைவேற்றுவதற்கான காலம் கனிந்திருப்பதாக நான் நினைக்கவில்லை" என்றறிவித்த இந்தியாவின் முதல் பிரதமர் ஜவகர்லால் நேரு பல்வேறு இந்துச் சட்டங்களைக் கோர்த்து, இந்துச் சட்டம் (*Hindu Code Bill*) ஒன்றினை நிறைவேற்ற முயன்றார். பாரதீய ஜன சங்க் கட்சியின் நிறுவனர் சியாம பிரசாத் முகர்ஜி மேற்படிச் சட்டம் இந்துக்கள் புனிதமானதாகக் கருதும் திருமணங்களைத் தகர்த்துவிடும் என்று சொல்லி அதனைக் கடுமையாக எதிர்த்தார். எதிர்ப்புகளை மீறி 'இந்து சட்டம்' ஒன்றை நிறைவேற்றியே தீரவேண்டுமென்றால், தேவைப்படுகிறவர்கள் மட்டும் அதனைத் தெரிவு செய்துகொள்ளும் உரிமையை மக்களுக்கு வழங்கவேண்டும் என்றார்.

அப்படித் தனி நபர்களைத் தெரிவு செய்துகொள்ள அனுமதித்தால், அது நாடாளுமன்றத்தின் சட்டமியற்றும் அதிகாரத்தைக் கேலி செய்வதாக அமையும் என்று எதிர்த்தார் அண்ணல் அம்பேத்கர். இந்துச் சமூகம் சூத்திரர்களையும், பெண்களையும்

அடிமைப்படுத்தும் சமூகக் கட்டமைப்பைக் கைவிடாது என்று சொன்ன அவர், அவர்களை மீட்டு, சமூகம் முன்னேறிச் செல்வதற்கு மேற்படி இந்துச் சட்டம் தேவை என்று வாதிட்டார். ஆனாலும் 1947-1951 காலகட்டத்தில் இந்துச் சட்டத்தை நிறைவேற்ற முடியவில்லை. மேற்படி சட்டச் சீர்திருத்தங்களுக்கு காங்கிரசுத் தலைமை ஆதரவளிக்காததால், அண்ணல் அம்பேத்கர் தன்னுடைய சட்ட அமைச்சர் பதவியை 1951 செப்டம்பர் மாதம் ராஜினாமா செய்தார். முதல் குடியரசுத் தலைவர் டாக்டர் இராஜேந்திர பிரசாத் உள்ளிட்டோரின் எதிர்ப்புகளைக் கடந்து, நாட்டில் நடந்த முதல் பொதுதேர்தலுக்குப் பிறகு, நேரு 1954ஆம் ஆண்டு நாடாளுமன்றத்தில் இந்துச் சட்டத்தை நிறைவேற்றினார்.

அதன் பின்னர் இந்து திருமணச் சட்டம் 1955, இந்து மகவேற்பு மற்றும் சீவனாம்ச சட்டம் 1956 போன்றவை தொடர்ந்து நிறைவேற்றப்பட்டன. நேரு காலத்துக்குப் பிறகு, இந்து வழிமுறையுரிமைச் (succession) சட்டம் 1966, இந்து சிறுபான்மையினர் மற்றும் காப்புநிலைச் (guardinaship) சட்டம் 1966 போன்றவை நாளடைவில் இயற்றப்பட்டன.

இசுலாமியர்களைப் பொறுத்தவரை "முசுலீம் தனிநபர் (ஷரியத்) பயன்பாட்டுச் சட்டம், 1937" திருமணம், மணமுறிவு, பராமரிப்பு, காப்புநிலை (guardinaship) உள்ளிட்ட விவகாரங்களில் ஷரியத் எனும் இசுலாமியச் சட்டமே செல்லுபடியாகும் எனும் நிலை நீடிக்கிறது.

நாட்டில் தற்போது நிலவும் தெளிவற்ற நிலைக்கு ஒரு சிறந்த எடுத்துக்காட்டு உள்ளது. நாடாளுமன்றத்தில் கொண்டுவரப்பட்ட "குழந்தைத் திருமணத் தடுப்பு (திருத்தச்) சட்ட வரைவு 2021" பெண்களின் திருமண வயதை ஆண்களுக்கானதைப் போலவே 21-ஆக உயர்த்த வேண்டுமெனப் பரிந்துரைக்கிறது. அந்தச் சட்டத்தின் பிரிவு 2 இந்தியாவிலுள்ள அனைத்து மக்களுக்கும் பொருந்தும் என்றும், அது இந்திய கிறித்தவத் திருமணச் சட்டம் 1872, பார்சி திருமணம் மற்றும் மணமுறிவுச் சட்டம் 1936, முசுலீம் தனிநபர் (ஷரியத்) பயன்பாட்டுச் சட்டம் 1937, சிறப்புத் திருமணச் சட்டம் 1954, இந்து திருமணச் சட்டம் 1955, வெளிநாட்டு திருமணச் சட்டம் 1969 போன்ற தனிநபர் சட்டங்களையும் கட்டுப்படுத்தும் என்றும் வரைவு தெரிவிக்கிறது: ஆனால் மேற்படி சட்டத் திருத்தத்தின் பிரிவு 6 அனைத்துச் சட்டங்களையும் திருத்தி அமைத்தாலும், இசுலாமிய தனிநபர் சட்டத்தை மாற்றியமைக்கவில்லை.

ஷரியத் சட்டப்படி பெண்ணின் குறைந்தபட்சத் திருமண வயது பூப்படைதல் அல்லது 15 வயது என்றே தொடர்கிறது.

இந்திய அரசியலமைப்புச் சட்டத்தின் பாகம் மூன்றில் (Part III) காணப்படும் உறுப்புகள் 25, 26 மதச் சுதந்திரத்தை உறுதிசெய்தாலும், பாகம் நான்கில் (Part IV) இடம்பெறும் உறுப்பு 44 பொது சிவில் சட்டத்தை நிறைவேற்றும்படி இந்திய அரசைக் கேட்டுக்கொள்கிறது. மேற்படி உறுப்புகள் 25, 26, மற்றும் 44 ஆகியவற்றுக்கிடையே முரண்பாடுகள் எதுமில்லை என்று முன்னாள் உச்சநீதிமன்ற தலைமை நீதிபதி ஒய்.வி. சந்திரசூட் (1978-1985) கருத்துத் தெரிவித்தார்: "பாகம் III மற்றும் பாகம் IV இரண்டும் ஒரு தேரின் இரண்டு சக்கரங்கள் போன்றவை, ஒன்று மற்றொன்றைவிட முக்கியத்துவம் குறைந்தது அல்ல. இவ்விரண்டு பாகங்களுக்கும் இடையேயான சமநிலையின் மீதுதான் இந்திய அரசியலமைப்புச் சட்டம் நிறுவப்பட்டிருக்கிறது" என்றார் அவர்.

கடந்த 1978-ஆம் ஆண்டு தனது கணவனால் மணவிலக்குச் செய்யப்பட்ட மத்தியப் பிரதேசம் இந்தூர் நகரைச் சார்ந்த, ஐந்து குழந்தைகளின் தாய், 62 வயதான திருமதி. ஷா பானு என்கிற முசுலீம் பெண்மணி இந்திய உச்சநீதிமன்றத்தில் ஒரு கிரிமினல் வழக்குத் தொடர்ந்தார். பின்னர் 1985ஆம் ஆண்டு ஷா பானு வழக்கில் தீர்ப்பளித்த உச்சநீதிமன்றம், கிரிமினல் நடைமுறைச் சட்டத்தின் பிரிவு 125 அடிப்படையில் மணவிலக்குப் பெற்ற இசுலாமியப் பெண்மணி தனது கணவனிடமிருந்து சீவனாம்சம் பெறமுடியும் என்று அறிவித்தது. ஆனால் இசுலாமிய மதவாதிகள் கொடுத்த அழுத்தத்தால், இராஜீவ் காந்தி அரசு "முசுலீம் பெண்கள் (மணவிலக்கு உரிமைகள் பாதுகாப்பு) சட்டம் 1986" என்கிற சட்டத்தை நிறைவேற்றி, கிரிமினல் நடைமுறைச் சட்டப் பிரிவு 125-லிருந்து முசுலீம் பெண்களுக்கு விலக்களித்து, ஷா பானு தீர்ப்பைச் செல்லாமல் ஆக்கியது. இந்தப் புதியச் சட்டம் மணமுறிவுக்குப் பிறகு வெறும் 90 நாட்களுக்கு மட்டுமே சீவனாம்சம் பெற அனுமதித்தது. ஷா பானு வழக்கின் குளறுபடிக்குப் பெரும்பான்மைச் சமூக மக்கள் எதிர்ப்புத் தெரிவித்தபோது, பொது சிவில் சட்டத்தை உரிய தருணத்தில் நிறைவேற்றுவோம் என்றும், அது கட்டாயமானதாக அல்லாமல், தாமே தேர்வு செய்துகொள்கிற வகையில் அமையும் என்றும் இராஜீவ் காந்தி அரசு அறிவித்தது.

சிவில் சட்டங்களை உள்ளடக்கும் தற்கால விவாதங்கள் என்னென்ன?

குழந்தைகளைத் தத்தெடுப்பது, ஹிஜாப் அணிவது, பெண்களின் திருமண வயது, பெண்களுக்கான சமூகநீதி, இந்து-முசுலீம் உறவு என ஏராளமான விடயங்கள் விவாதிக்கப்படுகின்றன. முதலில் அண்மை நிகழ்வுகள் சிலவற்றைப் பட்டியலிடுவோம்:

○ தில்லி உயர்நீதிமன்ற நீதிபதி ஆஷா மேனன் "இளையோர் நீதி (குழந்தைகள் பராமரிப்பு மற்றும் பாதுகாப்பு) சட்டத்தின் (HAMA)" கீழ் ஒருவர் தத்தெடுக்க முயன்றால் மதம் ஒரு பிரச்சினையே அல்ல என்றும்; ஆனால் "இந்து மகவேற்பு மற்றும் பராமரிப்புச் சட்டத்தின்" கீழ் கிறித்தவ மற்றும் இசுலாமியத் தம்பதியர் ஓர் இந்துக் குழந்தையை ஹாமா (HAMA) சட்டத்தின்கீழ் தத்தெடுக்க முடியாது என்றும் தீர்ப்பளித்தார். இந்து தனிநபர் சட்டம் மகவேற்பை அனுமதிக்கிறது என்றும், 'தத்தா ஹோமம்' என்கிற மதச்சடங்கின் வழியாக ஈன்றெடுத்த பெற்றோர் தம் குழந்தையை ஏற்றெடுக்கும் பெற்றோரிடம் ஒப்படைப்பார்கள் என்றும், அதுவே செல்லத்தக்க, சட்டபூர்வமான தத்தெடுப்பாகக் கருதப்படும் என்றும் அந்தத் தீர்ப்பு குறிப்பிட்டது.

○ திருவனந்தபுரம் அரசு மருத்துவக் கல்லூரி மாணவிகள் சிலர், "முஸ்லிம் மதத்தைச் சேர்ந்த தங்களுக்கு மத சட்டத்தின்படி எல்லா இடங்களிலும் தலை மற்றும் கைகளை மறைக்கும் உடையை அணிய வேண்டும்" என்று சொல்லி, அறுவை சிகிச்சைகளின்போது ஹிஜாப் மற்றும் கைகள் முழுவதையும் மறைக்கும் ஆடையைத் தாங்கள் அணிய அனுமதிக்க வேண்டும் என்று கல்லூரி முதல்வரிடம் கோரிக்கை மனு அளித்திருக்கின்றனர்.

○ அஷ்வினி உபாத்யாய் என்றொருவர் உச்சநீதிமன்றத்தை அணுகி, இந்துக்கள், கிறித்தவர்கள், பார்சிகள் போன்றோரின் நடைமுறைச் சட்டங்களிலும், சிறப்புத் திருமணச் சட்டம், குழந்தைத் திருமணத் தடுப்புச் சட்டம் போன்றவற்றில் பெண்களுக்கான குறைந்தபட்சத் திருமண வயதை 18 என்பதிலிருந்து ஆண்களைப் போலவே 21-ஆக உயர்த்த வேண்டும் என்று முறையிட்டார். இசுலாமிய ஷரியத் சட்டம் ஒரு பெண் பூப்படைவதையே திருமண வயதாக அங்கீகரிக்கிறது, அனைத்து மதத்தினருக்கும் திருமண வயது ஒரே மாதிரியானதாக இருக்க வேண்டும் என்று அவர்

கோரினார். இந்தியத் தலைமை நீதிபதி டி.ஒய். சந்திரசூட் நாடாளுமன்றம்தான் அப்படி ஒரு சட்டத்தை இயற்றமுடியும் என்று குறிப்பிட்டு அந்த மனுவை நிராகரித்தார்.

மேற்படி அஷ்வினி உபாத்யாய் உச்சநீதிமன்றத்தில் இன்னொரு வழக்கையும் தொடுத்தார். அதாவது மணமுறிவுக்கான காரணங்களில் காணப்படும் முரண்பாடுகள் களையப்பட்டு, அவை மதம், இனம், சாதி, பாலினம், பிறந்த இடம் போன்ற வேறுபாடுகளின்றி அனைத்துத் தரப்பு மக்களுக்கும் ஒன்றாக இருக்கச்செய்ய வேண்டுமென்று கோரிக்கை எழுப்பினார். இந்தியத் தலைமை நீதிபதி டி.ஒய். சந்திரசூட் மணமுறிவு நடவடிக்கைகளைப் பாலினம் மற்றும் மதம் சார்ந்தவையாக இல்லாமல் ஆக்குவதற்கு நீதிமன்றம் என்ன செய்ய முடியும் என்று பார்க்கலாமென்றும், அரசும், நாடாளுமன்றமும்தான் இறுதி முடிவு எடுக்க முடியுமென்றும் குறிப்பிட்டார்.

- இசுலாமியர் தனிநபர் சட்டங்களில் ஷரியத் சட்டத்தையே கேரள அரசு பின்பற்றப் போகிறது என்கிற தகவலின் அடிப்படையில், "பாலியல் நீதிக்கான முசுலீம் பெண்கள்" எனும் அமைப்பு முசுலீம் பெண்களுக்குச் சொத்துகளில் சம உரிமை வழங்க வேண்டும் எனும் போராட்டத்தைக் கையிலெடுத்தது. இசுலாமியச் சட்டப்படி, ஒரு முசுலீம் விதவை தன்னுடைய இறந்துபோன கணவனின் சொத்துகளில் எட்டில் ஒரு பங்கைத்தான் பெற முடியும். அதேபோல, தங்களுடைய பெற்றோர் உயிர் வாழும்போது ஒரு தம்பதியர் ஒருங்கே இறந்து போனால், அவர்களின் குழந்தைகளுக்குத் தாத்தா-பாட்டி சொத்துகளின் மீது எந்தவிதமான உரிமைகளும் கிடையாது. குடும்பச் சொத்துக்கள் பாகப்பிரிவினை செய்யப்படும்போது, இசுலாமியப் பெண்கள் ஆண்களின் உரிமைகளில் பாதியைத்தான் பெறுவார்கள். இம்மாதிரியான அணுகுமுறைகள் பெண்களுக்கு எந்தவிதமான சொத்துரிமைகளும் இல்லாத ஆறாவது நூற்றாண்டில் உருவாக்கப்பட்டவை. இப்போது சமூக நிலைமைகள் முற்றிலுமாக மாறிவிட்டிருப்பதால், தனிநபர் சட்டங்கள் மாற்றப்பட்டாக வேண்டும்; பல இசுலாமிய நாடுகளில் அவை மாற்றப்பட்டும் உள்ளன என்று மேற்படி அமைப்பு வாதிட்டது. ஆனால் கேரள அரசோ இசுலாமிய மத நிறுவனங்களின் ஆண் பிரதிநிதிகளை மட்டும் அழைத்துப் பேசி, ஷரியத் சட்டத்திலும், முசுலீம் தனிநபர் சட்டத்திலும் தலையிட அரசுக்கும்,

நீதித்துறைக்கும் உரிமையில்லை எனும் அவர்களின் முடிவை ஏற்றுக்கொண்டது.

மேற்படி எடுத்துக்காட்டுகளிலிருந்து சிவில் சட்ட விவகாரங்களில் புதைந்து கிடக்கும் நுண்மங்களையும், சிக்கல்களையும் ஓரளவு புரிந்துகொள்ள முடியும். இவற்றுள் இந்து-முசுலீம் உறவு என்பது இன்னும் ஆழமான பிரச்சினையாகவே தொடர்கிறது.

இசுலாமியர்கள் தங்களின் தனி நபர் சட்டத்தைக் கைவிட மாட்டோம் என்று உறுதியாக இருப்பதற்கு காரணம் முகமது அலி ஜின்னாவின் 'இரு தேசம்' கொள்கையில் அவர்களுக்கு இருக்கும் நம்பிக்கைதான் என்று பலர் நம்புகின்றனர். மூன்று தடவை 'தலாக்' சொல்லி திருமணத்தை முறித்துக்கொள்ளும் முத்தலாக் முறை, முசுலீம் ஆண்கள் நான்கு பெண்களைத் திருமணம் செய்து கொள்ளலாம் எனும் அனுமதி போன்றவை அவர்களைப் பெரிதும் கலவரப்படுத்துகின்றன. அதற்குக் காரணம் முசுலீம் பெண்களுக்கு இழைக்கப்படும் அநீதியல்ல; மாறாக, பலதார மணத்தினால் இசுலாமியர் மக்கள்தொகை வெகுவாக உயர்ந்து நாளடைவில் இந்துக்கள் சிறுபான்மையினர் ஆகிவிடுவார்கள் என்கிற ஆதாரமற்ற, அபத்தமான அச்சம்தான். மேலும், இந்தியாவைத் துண்டாடிய விடுதலைப் போராட்ட கால இசுலாமியத் தலைவர்களை பல வடஇந்திய இந்துக்கள் மறக்கவுமில்லை, மன்னிக்கவுமில்லை. வாய்ப்புக் கிடைத்தால் அவர்கள் இந்தியாவை இன்னும் துண்டாடுவார்கள் என்றே பலரும் நம்புகின்றனர். எனவே பொது சிவில் சட்டம் முசுலீம்களின் தேசப்பற்றை, இந்திய விசுவாசத்தைப் பரிசோதிக்கும் பரீட்சையாகப் பார்க்கப்படுகிறது. எதிர்க்கும் முசுலீம்கள் தேர்வில் தோற்கிறார்கள்.

இந்த நிலையில் நாட்டிலுள்ள அனைவருக்கும் ஒரே சிவில் சட்டம் கொண்டு வருவது நல்லதுதானே?

மேலோட்டமாகப் பார்க்கும்போது அது சரியானதாகவும், ஏற்புடையதாகவுமே தோன்றும். ஆனால் பொது சிவில் சட்டம் ஓர் எளிதான கருப்பு-வெள்ளை பிரச்சினை அல்ல. இவற்றுக்கு இடையேயுள்ள பரந்த சாம்பல் வெளி பெரும் பிரச்சினைகளை, குழப்பங்களை உள்ளடக்கியது. கடந்த 1996ஆம் ஆண்டு அடல் பிகாரி வாஜ்பாய் நாடாளுமன்றத்தில் நம்பிக்கையில்லாத் தீர்மானம் ஒன்றின் மீது பேசும்போது, பொது சிவில் சட்டம் குறித்த தேசிய விவாதம் ஒன்றை நடத்த வேண்டும் என்று

கோரினார். அப்போது இசுலாமியர்களின் திருமணங்களில் மணப்பெண்ணிடம் இசைவு கேட்பது ஒரு முற்போக்கு அம்சம் என்று குறிப்பிட்டு அதனைப் பாராட்டினார். அப்போது பிரதமர் பி.வி. நரசிம்ம ராவ் குறுக்கிட்டு, ஆந்திர மாநில இந்துச் சமூகத்தில் மாமன்கள் மருமகள்களைத் திருமணம் செய்து கொள்வது வழக்கம் என்றும், அதை பாஜக எப்படி எதிர்கொள்கிறது என்றும் கேட்டார். மேற்படி ஆந்திர இந்துக்களின் திருமண முறை தடுத்து நிறுத்தப்பட வேண்டுமா? அல்லது இந்த முறையை பிற மாநிலங்களில் வாழும் இந்துக்களும் ஏற்றுக்கொள்ளச் செய்ய வேண்டுமா? இந்துச் சமூகத்தில் இப்படிப்பட்ட ஏராளமான பழக்கவழக்கங்களும், மரபுகளும் காணப்படுகின்றன. பொது சிவில் சட்டம் உருவாக்கப்படும் முன்னர், இவையனைத்தும் முறையாக மேலாண்மை செய்யப்பட்டாக வேண்டும். இந்துச் சமூகத்தின் சாதீய அடுக்குமுறை மக்களை மேல்-கீழ் என்று பிரிக்கிறது. இது பல்வேறு பிரிவுகளின் சமத்துவத்துக்கும், சீரான தன்மைக்கும் ஏற்புடையதாக இருக்காது. பன்முகத்தன்மையும், நுண்மங்களும் நிறைந்த இந்தியா விடுதலை அடைந்ததிலிருந்து, பொது சிவில் சட்டம் இப்படி அமையலாம் என்று ஒரு மாதிரியை இதுவரை யாரும் வடிவமைக்கவில்லை.

ஒருசிலர் பொது சிவில் சட்டம் தேச ஒற்றுமையையும், ஒருமைப்பாட்டையும் பாதுகாக்கும் என்கிறார்கள். ஆனால் பொது சிவில் சட்டம் பாகிஸ்தான் நாட்டின் ஒற்றுமையையும், ஒருமைப்பாட்டையும் உறுதிசெய்யவில்லையே? கிழக்கு பாகிஸ்தான் பிரிந்துசென்று வங்காள தேசம் எனும் தனி நாடாக உருவெடுத்திருக்கிறதே? எனவே பொது சிவில் சட்டத்தின் பின்னால் இருக்கும் அரசியலை நாம் உற்று நோக்கியாக வேண்டும்.

இதில் என்ன அரசியல் இருக்க முடியும்?

அகில பாரத இந்து மகாசபா (தோற்றம்:1915) மற்றும் பாரதீய ஜன சங் (தோற்றம்:1951) போன்ற மதவாதக் கட்சிகள் தீவிர இந்துத்துவ கொள்கைகளைப் போதித்தன. விடுதலைக்குப் பிறகு இந்து மகாசபா மூன்று பொதுத்தேர்தல்களில் போட்டியிட்டாலும், ஜன சங் கட்சி நாளடைவில் அதனை ஒதுக்கித் தள்ளியது. கடந்த 1967-ஆம் ஆண்டு நடந்த பொதுத்தேர்தலுக்கான இந்து மகாசபா தேர்தல் அறிக்கையில், இந்துக்கள் அல்லாத அனைத்து சிறுபான்மையினரும் நியாயமாக நடத்தப்படுவார்கள் என்றும், அவர்கள் இந்துத் தேசிய

மைய நீரோட்டத்தில் தங்களை இணைத்துக்கொண்டு, மதம் மற்றும் கலாச்சாரம் அடிப்படையிலான தேசிய உணர்வுகளைப் புறந்தள்ள வேண்டுமென்றும் கோரிக்கை வைத்தது.

அதே 1967 தேர்தலுக்கான ஜன சங் கட்சியின் தேர்தல் அறிக்கை இப்படி வாதிட்டது: "சிலர் மாநிலம், மதம், சாதி, அல்லது மொழி அடிப்படையில் விசேடச் சலுகைகள் மற்றும் பாதுகாப்பினைக் கோரி அவ்வப்போது பிரிவினைக் கோரிக்கைகளை முன்வைக்கிறார்கள். மேற்படி சீர்குலைக்கும் சக்திகளின் வேற்றுப்படுத்தும் நடவடிக்கைகளைத் தடுத்து நிறுத்தும்பொருட்டு, அனைத்து இந்தியக் குடிமக்களின் திருமணம், மகவேற்பு, மரபுரிமை போன்ற சட்டங்களை நிர்வகிக்க பொது சிவில் சட்டம் நிறைவேற்றப்படும்."

பாரதீய ஜனதா கட்சியின் (தோற்றம்:1980) பத்தாவது ஆண்டு விழாவின் போது (1990), அக்கட்சியின் தலைவராக இருந்த எல்.கே. அத்வானி பாஜகவின் குணநலன்களில் சில தனித்த அம்சங்கள் இருப்பதாகக் குறிப்பிட்டார். ஜம்மு காஷ்மீர் மாநிலத்துக்கு சிறப்புத் தகுதி வழங்கும் சட்டப் பிரிவு 370ஐ நீக்குவது, 'சிறுபான்மையினர் ஆணையத்தை' 'மனித உரிமைகள் ஆணையம்' என்று பெயர் மாற்றுவது, அயோத்தியில் இராமன் பிறந்ததாகக் கருதப்படும் இடத்தில் இராமர் கோவில் கட்டுவது, அரசியலமைப்புச் சட்டத்தின் "அரசுக் கொள்கையின் வழிகாட்டு நெறிமுறைகளில்" (Directive Principles of State Policy) இடம்பெற்றிருக்கும் பொது சிவில் சட்டத்தை அமல்படுத்துவது என்பவற்றை அத்வானி பெருமையுடன் குறிப்பிட்டார். பின்னர் பாரதீய ஜனதா கட்சியின் 1998-ஆம் ஆண்டு தேர்தலின் 55-பக்க தேர்தல் அறிக்கையும் பொது சிவில் சட்டம் கொண்டு வருவது பற்றித் தெளிவாகக் குறிப்பிட்டது.

குடிமையியல் (சிவில்) பிரச்சினைகளில் சட்டங்கள் அனைவருக்கும் ஒன்றானதாக இருக்க வேண்டுமென்று ஆர்.எஸ்.எஸ்., அகில பாரத இந்து மகாசபா, பாரதீய ஜன சங் போன்ற இயக்கங்களும், கட்சிகளும் கோருவது மக்களை ஒன்றாக்கி, சமமாக நடத்துவதற்காக அல்ல. மாறாக, அவர்களைப் பிரித்தாண்டு, அடிமைப்படுத்துவதற்காகவே! வெறும் வாயை மென்றுகொண்டிருந்த இந்துத்துவ சக்திகளுக்கு இப்போது அரச அதிகாரம் கிடைத்திருப்பதால், அதிரடி நடவடிக்கையில் இறங்குகிறார்கள்.

அவர்கள் பொது சிவில் சட்டத்தை இந்து-முசுலீம் பிரச்சினையாகப் பார்க்கிறார்கள். இந்துக்கள் பெரும்பான்மையாக வாழும் நாட்டில், முசுலீம்களுக்கு ஏராளமான சலுகைகள் வழங்கப்படுகின்றன; தங்களுக்கெனத் தனிநபர் சட்டத்தையும் வைத்துக்கொள்ள அவர்கள் அனுமதிக்கப்படுகிறார்கள். இதுவரை நாட்டை ஆண்ட காங்கிரசுக் கட்சி இசுலாமியர்களைத் தங்களின் வாக்கு வங்கியாகக் கருதி வாளாவிருந்தது, சலுகைகள் வழங்கியது. எனவே இவையனைத்தையும் ஒழுங்குபடுத்த வேண்டும் என்று வலதுசாரிகள் விரும்புகின்றனர்.

பொது சிவில் சட்டம் குறித்து பாரதீய ஜனதா கட்சியும், அதன் தலைவர்களும் என்ன சொல்கிறார்கள்?

கடந்த 2022ஆம் ஆண்டிலிருந்து பாஜக தாங்கள் ஆளும் ஒருசில மாநிலங்களிலிருந்து பொது சிவில் சட்டக் காய்நகர்த்தல்களைத் தொடங்கியது. பாஜக மாநிலங்களவை உறுப்பினர் கிரோடி லால் மீனா என்பவர் கடந்த 2020ஆம் ஆண்டே பொது சிவில் சட்டம் குறித்த தனி நபர் மசோதாவைத் தாக்கல் செய்திருந்தாலும், ராகேஷ் சின்ஹா எனும் பாஜக உறுப்பினர் 2022 டிசம்பர் மாதம் இன்னொரு தனிநபர் சட்ட மசோதாவை முன்மொழிந்தார்.

கடந்த 2021ஆம் ஆண்டு டிசம்பர் மாதம் ஒன்றிய சட்ட அமைச்சர் கிரண் ரிஜிஜு பொது சிவில் சட்ட விவகாரத்தை 22-வது சட்ட ஆணையம் பரிசீலிக்கும் என்று நாடாளுமன்றத்தில் தெரிவித்தார். உச்சநீதிமன்றத்திலும் இந்த விடயத்துக்கு உந்துதல் கொடுக்கப்பட்டது. கடந்த 2022ஆம் ஆண்டு சனவரி மாதம் மவுலானா ஆசாத் தேசிய உருது பல்கலைக்கழகத்தின் வேந்தரும், சுதந்திர இந்தியாவின் முதல் கல்வி அமைச்சர் மவுலானா அபுல் கலாம் ஆசாத் அவர்களின் பேரனுமான, பிரோஸ் அஹ்மது பக்த் உச்சநீதிமன்றத்தை அணுகி, பன்னாட்டுச் சட்டங்களின் அடிப்படையில் பெண்களின் உரிமைகளைப் பாதுகாக்கும் வகையில் பொது சிவில் சட்ட வரைவு ஒன்றைத் தயாரிக்கும் உயர்மட்டக் குழுவை நியமிக்குமாறு கேட்டுக் கொண்டார். அவரது வழக்கு 2019ஆம் ஆண்டு உச்சநீதிமன்றம் வழங்கிய ஹோசே பாவுலோ கோட்டின்ஹோ தீர்ப்பு ஏன் இந்தியா இதுவரை பொது சிவில் சட்டத்தை உருவாக்கவில்லை என்று கேட்டதைப் பிரதிபலித்தது. கடந்த 1985ஆம் ஆண்டு ஷா பானு வழக்கில் உச்சநீதிமன்றம் கேட்டுக்கொண்ட பிறகும், அரசு

எந்தவிதமான நடவடிக்கையும் எடுக்கவில்லை என்று அந்தத் தீர்ப்பு குறைபட்டுக் கொண்டது.

கடந்த 2022ஆம் ஆண்டு நவம்பர் மாதம் ஒன்றிய உள்துறை அமைச்சர் அமித் ஷா நிகழ்ச்சி ஒன்றில் பேசும்போது, ஒரு மதச்சார்பற்ற நாட்டில் மதத்தின் அடிப்படையில் சட்டங்கள் இருக்கக் கூடாது. தேசமும் நாடும் மதச்சார்பற்றவை என்றால் மதத்தின் அடிப்படையில் சட்டங்கள் எப்படி இருக்கலாம் என்று கேள்வி எழுப்பினார். "சனநாயக ரீதியான ஆலோசனைகள் முடிந்த பின்னர் பொது சிவில் சட்டம் கொண்டுவர வேண்டும் என்பதில் அரசு உறுதியாக உள்ளது" என்றும் அவர் தெரிவித்தார்.

ஒன்றிய பாதுகாப்புத் துறை அமைச்சர் ராஜ்நாத் சிங் பொது சிவில் சட்டம் என்பது இந்திய அரசியலமைப்புச் சட்டத்தின் அரசுக் கொள்கையின் வழிகாட்டு நெறிமுறைகளில் (Directive Principles of State Policy) இடம் பெற்றிருக்கிறது என்றும், தேவையற்ற பிரச்சினைகளை எழுப்புவது சரியல்ல என்றும் அண்மையில் கருத்துத் தெரிவித்திருக்கிறார். கோவா மற்றும் மத்தியப் பிரதேசம் போன்ற மாநிலங்களில் பொது சிவில் சட்டம் அமலில் இருக்கிறது என்றும் அவர் குறிப்பிட்டார்.

எந்தப் பிரச்சினை குறித்தும் எளிதில் வாய் திறக்காத இந்தியப் பிரதமர் நரேந்திர மோடி அண்மையில் பொது சிவில் சட்டம் பற்றிப் பேசியிருக்கிறார்: "ஒரு குடும்பத்தில், ஒருவருக்கு ஒரு சட்டமும், மற்றொருவருக்கு வேறு சட்டமும் இருந்தால், அந்தக் குடும்பம் சரியாகச் செயல்பட முடியுமா? அப்படியென்றால் இப்படிப்பட்ட இரட்டை அமைப்புடன் நாடு எப்படி இயங்க முடியும்?" என்று அவர் கேட்டிருக்கிறார்.

பொது சிவில் சட்டம் குறித்து ஒன்றிய அரசு என்ன செய்கிறது?

கடந்த 2014ஆம் ஆண்டு மோடி அரசு பொது சிவில் சட்டம் தொடர்பான அம்சங்களை ஆய்வு செய்யும்படி, 21-வது சட்ட ஆணையத்தை ஒன்றிய சட்ட அமைச்சகத்தின் வழி கோரியிருந்தது. ஆணையம் 'குடும்பச் சட்டத்தின் சீர்திருத்தம்' எனும் ஆய்வறிக்கை ஒன்றை 2018ஆம் ஆண்டு ஆகஸ்ட் மாதம் தயாரித்து அளித்தது. பொது சிவில் சட்டம் பற்றிய எந்தப் பரிந்துரைகளும் செய்யாமல், அது 'தேவையுமல்ல, விரும்பத்தக்கதுமல்ல' என்கிற இறுதி முடிவோடு, சட்டங்களில் கொஞ்சம் கொஞ்சமாக மாற்றங்கள்

கொண்டுவருவதை ஆணையம் பரிந்துரைத்தது. முழு ஆய்வையும் செய்து முடிப்பதற்குள் 21-வது சட்ட ஆணையத்தின் பதவிக்காலம் ஆகஸ்ட் 31, 2018 அன்று முடிவுக்கு வந்தது.

இதையடுத்து 22-வது சட்ட ஆணையத்தை கடந்த 2020ஆம் ஆண்டு பிப்ருவரி மாதம் மோடி அரசு அமைத்தது. மூன்றாண்டு கால அதிகாரம் கொண்ட இந்த ஆணையம் காலாவதியாவதற்கு வெறும் மூன்றரை மாதங்களுக்கு முன்னதாக, மோடி அரசு ஓய்வுபெற்ற உயர்நீதிமன்றத் தலைமை நீதிபதி ரித்துராஜ் அவஸ்தி *(Rituraj Awasthi)* என்பவரை ஆணையத்தின் தலைவராக நியமித்தது. கூடவே நீதிபதி கே.டி. சங்கரன், பேராசிரியர் ஆனந்த் பலிவால், பேராசிரியர் டி.பி. வர்மா, பேராசிரியர் ராகா ஆர்யா மற்றும் எம். கருணாநிதி ஆகிய ஐந்து பேரை உறுப்பினர்களாகவும் நியமித்தது.

இதன் பதவிக்காலம் முடிந்த நிலையில் ஒன்றிய அரசு ஆணையத்தின் பதவிக்காலத்தை மேலும் மூன்று ஆண்டுகளுக்கு நீட்டித்திருக்கிறது. எனவே பொது சிவில் சட்டம் தொடர்பாகப் பொதுமக்கள் மற்றும் மத அமைப்புகளின் கருத்துகளைக் கேட்டறிய சட்ட ஆணையம் முடிவெடுத்து இயங்கிக் கொண்டிருக்கிறது.

அதே நேரத்தில் பாஜக ஆளும் பல்வேறு மாநிலங்களில் ஒவ்வொன்றாக பொது சிவில் சட்ட நடவடிக்கைகளை மேற்கொண்டு, இந்திய மக்கள் இதனை ஏற்றுக்கொள்வதற்கான தயாரிப்பு வேலைகளை படிப்படியாகச் செய்து கொண்டிருக்கிறார்கள்.

எந்தெந்த மாநிலங்கள் இதனைச் செய்கின்றன?

கடந்த 2022 மார்ச் மாதம் உத்தரகாண்ட் மாநிலத்தின் பாஜக முதல்வராக புஷ்கர் சிங் தாமி இரண்டாவது முறையாகப் பதவியேற்றதும் தன்னுடைய தேர்தல் வாக்குறுதியின் அடிப்படையில், பொது சிவில் சட்டம் உருவாக்குவதைப் பரிசீலனை செய்யும் நிபுணர் குழுவை அறிவித்தார். அது தொடர்பான வரைவு அறிக்கையைத் தயாரிக்க ஓய்வுபெற்ற நீதிபதி ரஞ்சனா பிரகாஷ் தேசாய் தலைமையில் ஐந்து உறுப்பினர்களைக் கொண்ட குழு ஒன்றை 2022ஆம் ஆண்டு மே மாதம் அமைத்தார். இக்குழு தனது வரைவு பொது சிவில் சட்டத்தை விரைவில் வெளியிடும் என்று எதிர்பார்க்கப்படுகிறது. வரைவுச் சட்டம் கிடைக்கப்பெற்றதும் தனது அரசு உடனடியாக நடைமுறைப்படுத்தும் என்று முதல்வர் தாமி அறிவித்திருக்கிறார்.

'அனைவருக்கும் ஒரே சட்டம்' (One law for all) எனும் உத்தரகாண்ட் முயற்சிக்கு மூன்று லட்சத்துக்கும் மேற்பட்ட கடிதங்களும், 60,000 மின்னஞ்சல்களும், 22,000 இணையதள வழிப் பரிந்துரைகளும், ஆலோசனைகளும் வந்தன. பெற்றோரின் வருமானம் மற்றும் சொத்துகளில் குழந்தைகளுக்குச் சம உரிமை உண்டென்றால், குழந்தைகளின் சொத்துகளின் மீதும் பெற்றோருக்குச் சம உரிமை வழங்கப்பட வேண்டுமென்று ஏராளமானோர் கோரிக்கை வைத்தனர். இந்த மறிநிலை மரபுரிமை (reverse inheritance) காரணமாகப் பெற்றோரும் பாங்கான வாழ்க்கை வாழ முடியும் என்றனர் அவர்கள். ஆண்களுக்கும், பெண்களுக்கும் ஒரே திருமண வயது நிர்ணயிக்கப்பட வேண்டும் என்று பலர் கேட்டுக்கொண்டனர். திருமணம், மணமுறிவு, வழிமுறையுரிமை (succession) போன்றவற்றில் பாலியல் பேதமற்ற தன்மை வேண்டுமென்று சிலர் கோரிக்கை எழுப்பினர். பலதார மணங்கள் தடைசெய்யப்பட வேண்டும் என்று சிலர் வேண்டினர். ஆனாலும் ஒரு கோடி மக்கள்தொகை கொண்ட உத்தரகாண்ட் மாநிலத்தின் நான்கு விழுக்காடு மக்கள் மட்டுமே தெரிவித்திருக்கும் கருத்துகளின் அடிப்படையில் எப்படி பாரபட்சமற்ற பொதுச் சட்டம் உருவாகும் என்பன போன்ற கேள்விகள் எழுந்தவண்ணம் உள்ளன.

கடந்த 2022ஆம் ஆண்டு நடந்த இமாச்சலப் பிரதேச சட்டமன்றத் தேர்தலின்போது பாஜக ஆட்சிக்கு வந்தால் அம்மாநிலத்தில் பொது சிவில் சட்டம் கொண்டு வரப்படும் என்று அக்கட்சி முக்கியத்துவத்துடன் அறிவித்தது. கூடவே வக்ஃபு வாரியச் சொத்துகளைக் கணக்கெடுத்து, சட்டவிரோத செயல்களைத் தடுப்போம் என்றும் வாக்குறுதி அளித்தது. அதன்படி இமாச்சல் பிரதேசத்தில் பொது சிவில் சட்டத்தை அமல்படுத்த குழு ஒன்று அண்மையில் அமைக்கப்பட்டுள்ளது.

அதேபோல, 2022 அக்டோபர் மாதம் குஜராத் மாநில முதல்வர் பூபேந்திர பட்டேல் சட்டமன்றத் தேர்தலுக்கு முன்பான தன்னுடைய கடைசி அமைச்சரவைக் கூட்டத்தில் பொது சிவில் சட்டத்தின் அனைத்து அம்சங்கள் பற்றியும் ஆய்வு செய்ய குழு ஒன்றை அமைக்கப் பரிந்துரைத்தார். இந்த ஆண்டின் (2023) முற்பகுதியில் நடந்த கர்நாடக மாநிலத் தேர்தலுக்காக பாஜக வெளியிட்ட தேர்தல் அறிக்கையில் தங்கள் கட்சி வெற்றி பெற்றால், உயர்மட்டக் குழு ஒன்று அமைக்கப்பட்டு, அவர்களின் வழிகாட்டுதலில் பொது சிவில் சட்டம் அமுல்படுத்தப்படும்

என்று தெரிவித்திருந்தார்கள். ஆனால் நல்லவேளையாக பாஜக தேர்தலில் தோற்றுப்போனது.

பொது சிவில் சட்டத்தை எதிர்க்கும் கட்சிகள், தலைவர்கள் என்ன சொல்கிறார்கள்?

இடதுசாரிக் கட்சிகளின் நாடாளுமன்ற உறுப்பினர்கள் சிலர் பொது சிவில் சட்டம் இந்தியா விடுதலை அடைந்தது முதல் விவாதிக்கப்படும் மிகவும் சிக்கலான, பிரித்தாளும் தன்மைகள் கொண்ட பிரச்சினை என்பதால், அவசரகதியில் கொண்டுவரப்படக் கூடாது, பரந்துபட்ட ஆலோசனைகளும், விவாதங்களும் நடத்தப்பட வேண்டும் என்று எதிர்த்தனர். இந்நாட்டில் நிலவும் குழும நடைமுறைச் சட்டங்களின் பல்வேறு அம்சங்களை ஏராளமான மதங்களும், கலாச்சாரங்களும், பாரம்பரியங்களும் நிர்வகித்துக் கொண்டிருப்பதால், சீர்திருத்த நடவடிக்கைகள் நியாயமானவையாகவும், நீதியை நிலைநாட்டுபவையாகவும் இருக்க வேண்டும் என்றனர் அவர்கள். ஒரு குறிப்பிட்ட மதத்தில் நிலவும் ஏற்றத்தாழ்வுகளை மட்டும் மிகைப்படுத்திவிட்டு, பிற மதங்களின் அசமத்துவங்களைக் கண்டுகொள்ளாமல் விடுவது இந்தச் சட்டத்தின் உள்நோக்கங்களைத் தெளிவுபடுத்துகின்றன என்றனர் அவர்கள்.

பொது சிவில் சட்டம் தொடர்பாக 21-வது சட்ட ஆணையம் 'தேவையானதும் அல்ல, விரும்பத்தக்கதும் அல்ல' என்று தெளிவாகக் குறிப்பிட்டிருப்பதைக் காங்கிரசுக் கட்சி சுட்டிக்காட்டியிருக்கிறது. எதிர்வரும் மக்களவைத் தேர்தலுக்கு முன்னதாக மக்களைப் பிரித்தாளும் சூழ்ச்சிதான் பொது சிவில் சட்டம் என்று திரினாமூல் காங்கிரசு கட்சி எதிர்ப்புத் தெரிவித்திருக்கிறது. பொது சிவில் சட்டம் முயற்சி நாட்டில் வெறுப்புணர்வை அதிகரிக்கச் செய்யும் என்று சமாஜ்வாதி கட்சி விசனப்பட்டிருக்கிறது.

மத வன்முறையை, சட்ட-ஒழுங்குப் பிரச்சனைகளை உருவாக்கி, அதன் மூலம் அடுத்த ஆண்டு நடைபெறும் நாடாளுமன்றத் தேர்தலில் வெற்றி பெறலாம் என்று பிரதமர் நினைக்கிறார் என்று தமிழ்நாடு முதல்வர் ஸ்டாலின் நறுக்குத் தெறித்தாற்போல் சொல்லியிருக்கிறார். தம்முடைய பெரும்பான்மைவாத அணுகுமுறையால் மதப் பிளவுகளை ஏற்படுத்த சங் பரிவார் மேற்கொள்ளும் தேர்தல் உத்திதான் இது என்று கேரள முதல்வர் பினராய் விஜயன் கடிந்துகொண்டிருக்கிறார்.

தன்னுடைய அரசின் தோல்விகளை மறைத்து, மதவாதத்தை முன்னிறுத்தி வாக்காளர்களைப் பிரித்தாளும் பிரதமரின் திட்டம்தான் இது என்று ஐக்கிய ஜனதா தளம் கட்சி அறிவித்திருக்கிறது. பொது சிவில் சட்டம் அடி முதல் முடி வரை அனைத்து மட்டங்களிலும் விவாதிக்கப்பட வேண்டும் என்று ராஷ்ட்ரீய ஜனதா தளம் கட்சி கேட்டுக்கொண்டிருக்கிறது. இது ஓர் இந்து-முசுலீம் பிரச்சினையாக சுருக்கப்படக்கூடாது என்று எச்சரித்திருக்கிறார் சட்டீஸ்கர் மாநில முதல்வர் பூபேஷ் பாகல்.

கொள்கை ரீதியாக பொது சிவில் சட்டத்திற்கு ஆதரவு தெரிவித்திருக்கும் ஆம் ஆத்மி கட்சி கூட அனைத்து மத நிறுவனங்களோடும், அரசியல் கட்சிகளோடும் கலந்தாலோசிக்க வேண்டும் என்று வலியுறுத்தி இருக்கிறது. உத்தவ் தாக்கரேயின் சிவசேனா கட்சி தாங்கள் பொது சிவில் சட்டத்தை எப்போதுமே ஆதரித்து வந்தாலும், பிரதமர் மோடியின் தற்போதைய முயற்சி உண்மையான நடவடிக்கை அல்ல, தேர்தலுக்காக நடத்தப்படும் அரசியல் நாடகம் என்று கண்டித்திருக்கிறது.

பொது சிவில் சட்டத்தை இசுலாமியர்கள் எப்படிப் பார்க்கிறார்கள்?

இசுலாமியர்களில் இரண்டு தரப்பினர் இருக்கிறார்கள். ஒரு தரப்பு பொது சிவில் சட்டம் தங்கள் மத நம்பிக்கைகளில், நடவடிக்கைகளில் தலையிடுவதாகச் சொல்லி, கூடவே கூடாது என்று எதிர்க்கிறார்கள். இன்னொரு தரப்பு திறந்த மனதுடன் இந்தப் பிரச்சினையை அணுக வேண்டும் என்று சொல்கிறது.

இந்திரா காந்தி அமைச்சரவையில் சட்ட அமைச்சராகப் பணியாற்றிய ஹெச்.ஆர். கோகலே மகவேற்பு பற்றிய சட்ட வரைவு ஒன்றை நாடாளுமன்றத்தில் சமர்ப்பித்தார். இசுலாமிய அமைப்புகள் அது பொது சிவில் சட்டம் கொண்டு வருவதற்கான முன்னோடி என்று சொல்லி அதைக் கடுமையாக எதிர்த்தார்கள். பின்னர் 1972ஆம் ஆண்டு டிசம்பர் மாதம் 27-28 ஆகிய நாட்களில் ஒன்றுகூடி கலந்தாலோசித்து, அகில இந்திய முசுலீம் தனிநபர் சட்ட வாரியம் (AIMPB) எனும் அமைப்பை நிறுவினார்கள். பொது சிவில் சட்டம் குறித்த அச்சமும், இசுலாமிய தனிநபர் சட்டங்களைப் பாதுகாத்துக் கொள்ளும் ஆர்வமுமே மேற்படி வாரியம் தோற்றுவிக்கப்பட முக்கியமான காரணங்களாக அமைந்தன.

இந்த முசுலீம் வாரியம் பொது சிவில் சட்டம் "அரசியலமைப்புச் சட்டத்தின் இயல்புக்கு எதிரானது" என்றும் "அனைத்து மக்களும் அனுபவித்துக் கொண்டிருக்கும் மதச் சுதந்திரத்துக்கு மாறானது" என்றும் வாதிடுகிறது. "இது அரசு மேற்கொள்கிற மக்களைப் பிளவுபடுத்தும், திசைதிருப்பும் நடவடிக்கை" என்று குறிப்பிடும் வாரியம், இதனை அரசு மறு பரிசீலனை செய்ய வேண்டுமென்று வலியுறுத்துகிறது.

உத்தரகாண்ட் மற்றும் குஜராத் மாநில அரசுகள் பொது சிவில் சட்டம் குறித்த குழுக்களை நியமித்தபோது, அகில இந்திய முசுலீம் தனிநபர் சட்ட வாரியம் பொது சிவில் சட்டம் 'ஏற்றுக்கொள்ள முடியாதது' என்று நிராகரித்தது. வாரியத்தின் பொதுச் செயலாளர் காலித் சைஃபுல்லா ரெஹ்மானி, "உத்தரகாண்ட் மற்றும் குஜராத் அரசுகளின் பொது சிவில் சட்ட நகர்வு இசுலாமியர்களுக்கு மட்டுமல்ல, அனைத்துச் சிறுபான்மையினருக்கும், லட்சக்கணக்கான பட்டியலின மக்களுக்கும் ஏற்புடையதல்ல" என்றார்.

ஜாமியத் உலமா-இ-ஹிந்த் (*JUH*) மற்றும் ஜமாஅத்-இ-இஸ்லாமி ஹிந்த் (*JIH*) போன்ற அமைப்புகளும் கடும் எதிர்ப்பைத் தெரிவித்து, பொது சிவில் சட்டத்துக்கானத் தேவையை மறு ஆய்வு செய்யும்படி கேட்டுக்கொள்கின்றன. பொது சிவில் சட்டம் என்பது அரசியலமைப்புச் சட்டத்தின் உறுப்புகள் 25, 26 போன்றவை வழங்கும் மதச் சுதந்திரத்துக்கும், அடிப்படை உரிமைகளுக்கும் எதிரான நடவடிக்கை என்று ஜாமியத் அமைப்பு வாதிடுகிறது. இதன் தலைவர் அர்ஷத் மதனி பொது சிவில் சட்டம் "ஏற்றுக்கொள்ளப்பட முடியாதது, நாட்டின் ஒருமைப்பாட்டுக்கு எதிரானது" என்று வாதிட்டு, "ஒரு குறிப்பிட்ட சமூகத்தை மனதிற்கொண்டு போடப்படும் வேடம்" என்று சாடுகிறார்.

ஜமாஅத் அமைப்பின் துணைத்தலைவர் சலீம் இஞ்சினியர், "ஒன்றரை ஆண்டுகளுக்கு முன்னால் முசுலீம் அறிவுசீவிகள் முன்னாள் ஜமாஅத் தலைவர் ஜலாலுதீன் உம்ரி தலைமையில் சட்ட ஆணையத்தைச் சந்தித்துப் பேசினோம். அப்போது அடுத்த பத்தாண்டுகளுக்கு பொது சிவில் சட்டம் விரும்பத்தக்கதல்ல என்று தெளிவாகக் குறிப்பிட்டனர்" என்று சுட்டிக்காட்டுகிறார்.

அகில இந்திய முசுலீம் தனிநபர் சட்ட வாரியத்தின் செய்தித் தொடர்பாளர் இல்யாஸ் பொது சிவில் சட்டம் பழங்குடியினரின் சட்டங்கள் மற்றும் பாரம்பரியங்களை அழித்தொழிக்கும்

என்று எச்சரிக்கிறார். இந்திய அரசியலமைப்புச் சட்டத்தின் உறுப்புகள் 371(A), 371(G) போன்றவை வடகிழக்குப் பகுதியில் வாழும் பழங்குடியினரின் குடும்பச் சட்டங்களை மீறும் எந்தச் சட்டத்தையும் நாடாளுமன்றம் இயற்ற முடியாது எனும் சிறப்பம்சங்களை வரையறுத்திருக்கிறது. இசுலாமியச் சட்டங்களைப் பொறுத்தவரை, முசுலீம் தனிநபர் சட்டங்கள் திருக்குர்ஆன் மற்றும் சுன்னாவிலிருந்து பெறப்படுகின்றன. அவற்றில் எந்த மாற்றத்தையும் கொண்டுவர இசுலாமியர்களுக்கே அதிகாரம் கிடையாது. இந்திய அரசியலமைப்புச் சட்டத்தில் உறுப்பு 44 கட்டாயமானதுமல்ல, நீதிபரிபாலனத்துக்கு உரியதுமல்ல, ஆனால் உறுப்புகள் 25 மற்றும் 26 கட்டாயமானவை, நீதிபரிபாலனத்துக்கு உரியவை என்கிறார் இல்யாஸ்.

இசுலாமியச் சமூகத்தில் இது குறித்து உள் விவாதம் ஏதாவது நடக்கிறதா?

நிச்சயமாக. மறைந்த இசுலாமிய அறிஞர் அஸ்கர் அலி இஞ்சினியர் இசுலாமிய தனிநபர் சட்டம் என்பது திருக்குர்ஆன் விதிக்கும் ஆணைகள் போல புனிதமானவை அல்ல. ஷரியத் என்பது புனித ஆணைகளின் மனித விளக்கங்கள்தான். சன்னி இசுலாமில் ஹனாஃபி (Hanafi), ஷஃபி (Shafi), மாலிகி (Maliki), ஹன்பாலி (Hanbali) எனும் நான்கு சிந்தனைமுறைகளும், ஷியா இசுலாத்தில் இஸ்னா அஷாரி (Isna Ashari), இஸ்மாயிலி (Ismaili) எனும் சிந்தனைமுறைகளும் உள்ளன. ஒரு சிந்தனைமுறை பிரச்சினைக்குரியதாக இருந்தால், இன்னொன்றிலிருந்து கடன் வாங்கிக்கொள்ள முடியும். 'முசுலீம் திருமணங்கள் கலைப்புச் சட்டம் 1939' உருவாக்கப்பட்ட விதத்தை எடுத்துக்காட்டாகச் சொல்லலாம். தங்கள் கணவர்கள் காணாமற்போனால், இசுலாமியப் பெண்கள் 90 ஆண்டுகள் காத்திருக்க வேண்டும் என்று ஹனாஃபி சிந்தனைமுறை பரிந்துரைக்கும் நிலையில், மாலிகி முறை நான்கு ஆண்டுகள் மட்டும் காத்திருந்தால் போதுமானது என்று சொன்னதை உலமாக்கள் ஏற்றுக்கொண்டார்கள்.

காலத்திற்கும், தேவைக்குமேற்ப 'தசீர்' (tazir) எனப்படும் ஆணைகளை காலிஃப்கள் அவ்வப்போது பிறப்பித்து வந்தார்கள். அவை புனிதமானவை அல்ல என்றாலும், நாளடைவில் 'ஷரியத்' சட்டத்தின் அங்கங்களாக மாறிப் போயின. மூன்று முறை 'தலாக்' சொல்லி மணமுறிவு செய்யும் வழக்கம் நபிகளார் காலத்திலும்,

காலிஃப் ஹஸ்ரத் அபுபக்கர் மற்றும் காலிஃப் ஹஸ்ரத் உமர் ஆட்சியின் முதலிரண்டு ஆண்டுகளிலும் இருக்கவில்லை. உமர் தன்னுடைய ஆட்சிக்காலத்தின் மூன்றாவது ஆண்டில்தான் அதை நிறுவினார். 'தலாக்' முறை ஷியா, இஸ்மாயிலி பிரிவினரால் மட்டுமல்ல, சன்னி பிரிவின் அனைத்துத் தரப்பினராலும்கூட ஏற்றுக்கொள்ளப்படவில்லை.

இந்த 'தலாக்' முறை ஏராளமான முசுலீம் பெண்களுக்கு அநீதி இழைப்பதால், அது சீர்திருத்தப்பட வேண்டும். இசுலாத்தைப் பொறுத்தவரை, நீதிதான் மைய விழுமியமாக இருக்கிறது. ஆனால் உலமாக்களும் (இசுலாமிய அறிஞர் குழுக்கள்), முசுலீம் தனிநபர் சட்ட வாரியமும் விறைப்பான அணுகுமுறையைக் கைக்கொள்கின்றன. சீர்திருத்தங்கள் மேற்கொண்டால், நிலைமை கட்டுக்கடங்காமல் போகும், அரசின் தலையீடுகள் அதிகரித்து விடும் என்றெல்லாம் அவர்கள் காரணங்கள் சொல்கிறார்கள்.

திருக்குர்ஆன் பரிந்துரைக்கும் ஏற்பாடுகளை அமல்படுத்தினால், அது இசுலாமியப் பெண்களுக்குப் பெருத்த நன்மைகளைத் தேடித் தரும். எளிதான மணமுறிவையோ, கட்டுக்களற்ற பலதார மணத்தையோ திருக்குர்ஆன் ஊக்குவிப்பதில்லை. திருமணம் மற்றும் மணவிலக்கு குறித்த வசனங்கள் பல இசுலாமிய நாடுகளில் பெண்ணுரிமைகளுக்கேற்ற முறையில் விளக்கப்பட்டு ஏற்றுக்கொள்ளப்பட்டிருக்கின்றன. இந்தியாவில் இசுலாமியர்கள் சிறுபான்மையினர் என்பதால் மட்டுமே உலமாக்கள் சீர்திருத்தத்தைப் புறந்தள்ளக்கூடாது. மாறாக, முசுலீம் பெண்கள் சிறுபான்மையினருக்குள் சிறுபான்மையினராக இருப்பதால், அவர்களுக்கும் நீதி கிடைக்கும் நோக்கில் இசுலாமிய வரையறைகளுக்குள் மாற்றங்களைக் கொண்டுவர வேண்டும் என்கிறார் அஸ்கர் அலி இஞ்சினியர்.

"நம்முடைய சட்டங்கள் பற்றி நாம் இவ்வளவு உறுதியாக இருந்தால், அவற்றை பகுத்தறிவதற்கோ, பிறரோடு பகிர்ந்துகொள்வதற்கோ நாம் ஏன் தயங்குகிறோம்" என்று வினவுகிறார் ஃபரூக் ஷைக் என்கிற திரைப்படக் கலைஞர். "இசுலாமிய தனிநபர் சட்டங்களைத் தக்கவைத்துக்கொள்ள வேண்டும் என்கிறவர்கள் இசுலாமிய கிரிமினல் சட்டங்களையும் ஆதரித்தால்தான் நேர்மையானவர்கள் என்று கருதமுடியும்" என்கிறார் சஜீத் ரஷீத் எனும் உருது டைம்ஸ் இதழின் ஆசிரியர். "அனைத்து மதங்களின் தனிநபர் சட்டங்களும் மணமுறிவு, சீவனாம்சம், சொத்துரிமை போன்றவற்றில் பெண்களை வேற்றுப்படுத்துகின்றன. அவற்றைப் புறக்கணித்துவிட்டு, பல்வேறு

மதங்களின் முற்போக்கான, சமத்துவம் பேணும் சட்டங்களின் அடிப்படையிலான பொது சிவில் சட்டம் வேண்டும்" என்கிறார் திரைப்படக் கலைஞர் ஷபானா ஆஸ்மி. "பல இசுலாமிய நாடுகள் தனிநபர் சட்டங்களைச் சீர்படுத்தியிருக்கும்போது, இந்தியாவில் ஏன் செய்யக் கூடாது? நமக்குப் பயன்படும்போது அரசியலமைப்புச் சட்டத்தையும், இந்தியாவின் மதச்சார்பற்றக் கோட்பாடுகளையும் குறிப்பிடும் நாம், அதே அரசியலமைப்புச் சட்டத்தின் கொள்கை உத்தரவுகளை ஏன் ஏற்க மறுக்கிறோம்?" என்று கேட்கிறார் முகமது அயூபி எனும் மூத்த உருது மொழி பத்திரிகையாளர்.

இவர்கள் சொல்லும் கருத்துகளின் சாராம்சம் என்னவென்றால், உலமாக்கள் சீர்திருத்த நடவடிக்கைகளைத் தடுக்கக் கூடாது. தற்போதைய தனி நபர் சட்டம் இசுலாமியக் கொள்கைகளுக்கும், நபிகளாரின் போதனைகளுக்கும் எதிரானவை என்பதை உலமாக்களும், இசுலாமிய அரசியல் தலைவர்களும் புரிந்துகொள்ள வேண்டும். இசுலாமியச் சமூகத்தின் படித்த இளைஞர்கள் தூங்கிக் கொண்டிருக்கும் தலைமையை எழுப்பிவிட்டு, தேவையான மாற்றங்களைக் கொண்டுவர வேண்டும். பல இசுலாமிய நாடுகள் இசுலாமிய தனிநபர் சட்டங்களை மாற்றியமைத்துள்ளன. அம்மாதிரியான சட்டம் இந்தியாவிலும் தேவைப்படுகிறது. ஆனால் அது இசுலாமிய அறிஞர்களாலும், சட்ட நிபுணர்களாலும் தொகுக்கப்பட்டு, அங்கீகரிக்கப்பட வேண்டும்.

பிற சிறுபான்மையினரின் நிலைப்பாடு என்ன?

சீக்கியர்களின் சிரோமணி குருத்வாரா பிரபந்தக் கமிட்டி அமைப்பும், சிரோமணி அகாலி தளம் கட்சியும் பொது சிவில் சட்டத்திற்கு எதிர்ப்பு தெரிவித்திருக்கின்றன. வடகிழக்கு மாநிலங்களில் வாழும் சற்றொப்ப 220 இனக் குழுக்கள் பொது சிவில் சட்டத்தைக் கடுமையாக எதிர்க்கின்றனர். முறையே 74.59, 86.97, 87.93 விழுக்காடு கிறித்தவ மக்கள் வாழும் மேகாலயா, மிசோரம், நாகாலாந்து மாநிலங்களில் எதிர்ப்பு கடுமையாக இருக்கிறது.

மேகாலயா மாநில காசி இன மக்களின் அமைப்பான காசி மலைகள் தன்னாட்சி மாவட்ட கவுன்சில் (KHADC) பொது சிவில் சட்டம் தங்களின் பாரம்பரியத்தை, பழக்க வழக்கங்களை, நடைமுறைகளை, மதச் சுதந்திரத்தைப் பாதிப்பதால், அரசியலமைப்புச் சட்டத்தின்

ஆறாவது அட்டவணையில் குறிப்பிடப்பட்டிருக்கும் தங்களின் நலன்களைப் பாதுகத்துக்கொள்ளும் வகையில், தங்கள் பகுதியில் அதை அமல்படுத்த வேண்டாமென்று கேட்டுக் கொண்டிருக்கிறது.

நாகா ஹோஹோ எனும் அமைப்பு தம்முடைய யூலை 3, 2023 பத்திரிகைச் செய்தியில் பொது சிவில் சட்டம் பல்வேறு இன மக்களின் தனித்த வரலாறு, பூர்வகுடிக் கலாச்சாரம், அடையாளம் போன்றவற்றை அழித்தொழித்துவிடும் என்கிற தம்முடைய அச்சத்தைத் தெரிவித்திருக்கிறது. அரசியலமைப்புச் சட்டத்தின் உறுப்பு 371(A) நாகா மக்களின் சிறப்புத் தகுதி மற்றும் உரிமைகளை அங்கீகரிக்கிறது. தங்களின் சமூக, கலாச்சார, மதச் செயல்பாடுகளைப் பேணும் உரிமைகளையும், பாரம்பரியச் சட்டத்திட்டம், நில உடைமை, இயற்கை வளங்கள் பேணல் போன்ற சிவில் மற்றும் கிரிமினல் நீதி பரிபாலனத்தையும் நாகா மக்களுக்கு அது வழங்குகிறது என்றும் நாகா ஹோஹோ அமைப்பு சுட்டிக்காட்டுகிறது.

ஏ.பி.ஏ.எம். எனும் நாகாலாந்து அமைப்பு ஒன்று பொது சிவில் சட்டம் என்பது பழங்குடிகளைச் சிதைத்து அவர்களின் வாழிடங்களிலிருந்து துரத்தும் திட்டம்தான் என்று கடுமையாகச் சாடியிருக்கிறது. மத்திய நாகாலாந்து பழங்குடிகள் கவுன்சில் (CNTC) பொது சிவில் சட்டம் இந்தியா எனும் கருத்தியலுக்கு எதிரானது என்றும், அதனை அமல்படுத்தினால் "கடுமையான பின்விளைவுகள்" எழும் என்றும் எச்சரித்திருக்கிறது. நாகா மாணவர் கூட்டமைப்பு (NSF) பொது சிவில் சட்டத்துக்குத் தங்கள் மாநிலத்தில் எந்தவிதமான இடமும் இல்லை என்று உறுதிபடத் தெரிவித்திருக்கிறது. அதேபோல, என்.டி.பி.பி, ஏ.பி.ஓ., சி.பி.ஓ., என். எஸ்.சி.என் (காங்கோ), போன்ற கட்சிகள் மற்றும் அமைப்புகள் பொது சிவில் சட்டத்தைக் கடுமையாக எதிர்த்து அறிக்கைகள் வெளியிட்டிருக்கின்றன.

தன்னாட்சி மாநில உரிமைக் குழு (ASDC) எனும் அசாம் மாநில அமைப்பு கர்பி அங்லோங், மேற்கு கர்பி அங்லோங், திமா ஹசாவோ எனும் மூன்று மலைப்பகுதி மாவட்டங்களுக்குப் பொது சிவில் சட்ட அமலாக்கத்திலிருந்து விலக்களிக்குமாறு ஒன்றிய உள்துறை அமைச்சர் அமித் ஷாவிடம் கோரிக்கை மனு அளித்திருக்கிறது. பாஜக வழிநடத்தும் வடகிழக்கு சனநாயகக் கூட்டணியின் (NEDA) அங்கமான மிசோ தேசிய முன்னணி (MNF) கட்சியின் முதல்வர் சொரம்தங்கா பொது சிவில் சட்டம் தேசிய இனங்களின் ஈடுபாடுகளுக்கு, குறிப்பாக தன்னுடைய மிசோ

மக்களுக்கு, எதிரானது என்று சட்ட ஆணையத்துக்குக் கடிதம் எழுதியிருக்கிறார். மிசோரம் மாநில சட்டமன்றம் ஏற்கனவே பொது சிவில் சட்டத்திற்கு எதிராக ஒருமனதாகத் தீர்மானம் ஒன்றை நிறைவேற்றியிருக்கிறது.

பொது சிவில் சட்டத்தில் பெண்கள் நிலைமை எப்படி முக்கியத்துவம் பெறுகிறது?

ஆணாதிக்க இந்தியச் சமூகத்தில் பெரும்பாலான பெண்கள் ஒடுக்கப்பட்டவர்களாகவே வாழ்கின்றனர். சமூக, கலாச்சார அழுத்தங்களால் ஏராளமானோருக்கு தன்னைப் பற்றிய உயர்ந்த மதிப்பீடும் இருப்பதில்லை. அவர்கள் சமூக-பொருளாதார-அரசியல் சுரண்டல்களைத் தலைவிதி என்று ஏற்றுக்கொள்கின்றனர். பெண்களுக்கு எதிரான பல கலாச்சார அம்சங்களும் நடைமுறையில் உள்ளன. உகந்தத் தெரிவுகள் இல்லாத நிலையில் பல பெண்கள் தங்கள் உரிமைகளை எளிதில் விட்டுக்கொடுக்கின்றனர்.

இந்நிலையில் பாலின நீதி என்பது தங்கள் குடும்பத்தாலும், குமுகத்தாலும் அநீதியாக நடத்தப்படும் பெண்களுக்கும், மதச்சார்புடைய தனிநபர் சட்டங்களால் ஆளப்பட விரும்பாத பெண்களுக்கும் உகந்தத் தெரிவுகள் உருவாக்கிக் கொடுப்பதுதான். சிவில் நீதிமன்றங்கள் நம்முடைய பெண்களுக்கு முறையான, விரைவான நீதி வழங்கும்பட்சத்தில், அதனை அடியொற்றி மதச் சட்டங்களும், அமைப்புகளும் முறையான நீதி வழங்க முன்வரலாம். ஒவ்வொரு குமுகத்துக்குள்ளும் பெண் நீதி பேசுபொருளாக ஆக்கப்படும்போது, சீர்திருத்தங்கள் நடைபெறலாம்.

பொது சிவில் சட்டப் பிரச்சினையில் எப்படித்தான் ஒரு நிலைப்பாடு எடுப்பது?

தேசியவாதம்: ஒருபுறம் பொது சிவில் சட்டத்தைக் கண்ணை மூடிக்கொண்டு ஆதரித்து, கட்டாயம் கொண்டுவந்தே தீர வேண்டும் என்று ஒற்றைக் காலில் நிற்கும் இந்துத்துவ வலதுசாரிகளை, கொடும் தேசியவாதிகளைப் பார்க்கலாம். பொது சிவில் சட்டம் தேச ஒருங்கிணைப்புக்கு மிக முக்கியமானது என்று கருதும் இவர்கள், 'ஒரே நாடு, ஒரே குடியுரிமை, ஒரே சட்டம்' என்று

கொக்கரிக்கிறார்கள். முக்கியமான மக்கள் பிரச்சினைகளிலிருந்து அனைவரின் கவனத்தையும் திசைதிருப்பி, உணர்ச்சிமிக்க விடயங்களைப் பெரிதுபடுத்தி, மக்களைக் கிளர்ந்தெழச் செய்து, தேர்தல் வெற்றி போன்ற அரசியல் லாபங்கள் பெறுவது இவர்களின் நோக்கம். எனவே கோவாவைப் பார், கொழும்பைப் பார் என்றெல்லாம் சொல்லி மக்களை மடை மாற்றுவார்கள்.

கடந்த 1965ஆம் ஆண்டு 'சிவில் நடைமுறைச் சட்டம் 1908' என்பது கோவா, டாமன், டையூ பகுதிகளில் நடைமுறைப்படுத்தப்பட்டது. முற்போக்கான இந்தச் சட்டம் குடும்ப வருமானத்தையும், சொத்துகளையும் கணவன்-மனைவிக்கிடையே, குழந்தைகளுக் கிடையே சமமாகப் பிரிக்கிறது. ஒவ்வொரு பிறப்பும், திருமணமும், இறப்பும் கட்டாயமாகப் பதிவுசெய்யப்பட வேண்டும் என்று பணிக்கிறது. மணவிலக்குக்கு பல வழிமுறைகள் இருக்கின்றன. இந்திய விடுதலைக்கு முன்னரே 'போர்ச்சுகல் சிவில் சட்டம் 1867' மூலம் நிர்வகிக்கப்பட்டு, 1987ஆம் ஆண்டு தனி மாநிலமான பிறகும், கோவாவின் குடும்பச் சட்டம் என்கிற 650-பக்க ஆவணத்தில் எந்த மாற்றமும் கொண்டுவரப்படவில்லை. கோவா மாதிரியை ஏற்றுக்கொள்ள ஆணாதிக்க இந்தியச் சமூகம் அணியமாக இருக்கிறதா எனும் கேள்வி எழுகிறது. மேலும், தில்லி மாநகரைவிட இரண்டு மடங்குப் பெரிதான, வெறும் 3,700 சதுர கிமீ பரப்பளவும், 15 லட்சம் மக்கள்தொகையும் கொண்ட கோவாவின் சட்டத்தை ஒட்டுமொத்த இந்தியாவுக்கு நீட்டிக்க முடியுமா என்கிற ஐயமும் உருவாகிறது.

மதச்சார்பின்மை: இன்னொரு புறம், அரசியலமைப்புச் சட்டத்தை ஆதரிக்கும், பொது சிவில் சட்டம் உள்ளிட்ட சட்டச் சீர்திருத்தம் வேண்டும் என்கிற மதச்சார்பற்றவர்கள், முற்போக்கு இயக்கங்கள், இடதுசாரிகளைப் பார்க்கலாம். நாட்டையும், மக்களையும் நவீனமயமாக்கி, மதச்சார்பற்ற, சனநாயக விழுமியங்களை விதைத்து, வளர்த்தெடுப்பதுதான் அவர்களின் நோக்கம். மதங்கள் மக்களைப் பிரித்தாளும்போது, மாந்தநேயம் ஒன்றே அனைவரையும் இணைப்பதால், பொது சிவில் சட்டம் தார்மீகக் கோட்பாடுகளின் மீது கட்டமைக்கப்பட வேண்டும் என்று இவர்கள் விரும்புகின்றனர். மதம் முக்கியமல்ல, மனித உரிமைகளும், கண்ணியமும், சமூகநீதியும் இன்றியமையாதவை என்று கொள்கிறவர்கள் இவர்கள். மனுநீதியும், ஷரியத்தும், பிற மதக்கோட்பாடுகளும் முக்கியமல்ல எனக்கொண்டு, ஒரு

குறிப்பிட்ட தரப்பை மட்டுமே பிரச்சினையாகப் பார்க்கக்கூடாது என்றெண்ணுகிறவர்கள்.

ஆனாலும் பொது சிவில் சட்டத்தை அமல்படுத்த விரும்பும் மேற்படி இரண்டு தரப்புகளையும் ஒரு நேர்கோட்டின் இரு துருவநிலைகளாக அடையாளப்படுத்த இயலாது. மாறாக, இவர்கள் இருவருமே அருகருகே அமரும் ஒரு வினோத வட்டத்தின் புள்ளிகளாக அமைகின்றனர். இந்த வட்டத்தில் இன்னும் ஏராளமான நிலைப்பாடுகளை நம்மால் குறிக்க முடியும்.

பன்மைத்தன்மை: இந்தியா பல்வேறு தேசிய இனங்களும், மதங்களும், மொழிகளும் சேர்ந்து வாழும் ஒரு பன்முகத்தன்மை கொண்ட நாடு. இந்த நாட்டின் சட்ட திட்டங்களும் அதே பன்முகத்தன்மையைப் பிரதிபலிப்பதுதான் பெருமை, சிறப்பு. இந்நாட்டு மக்களிடையே மனித உரிமைகள் பேணலில் வேறுபாடுகள், ஏற்றத்தாழ்வுகள் இருக்கக் கூடாது. பெரும்பான்மையினரின் சிவில் சட்டங்களைப் பிறர் மீது சுமத்தக்கூடாது. அதேபோல, பொது சிவில் சட்டம் ஒன்றை அனைவர் மீதும் வலிந்து திணிக்க முடியாது, கூடாது. ஒரே சட்டத்தின் பல்வேறு வடிவங்களை இயற்றி, அவற்றைப் பல்வேறு சமூகங்களுக்கானவையாக வைத்திருக்கலாம். அல்லது இந்தியாவிலும், வெளிநாடுகளிலும் உள்ள தனிநபர் சட்டங்களின் சிறந்த அம்சங்களைத் தேர்ந்து பொது சிவில் சட்டம் ஒன்றைத் தயாரிக்கலாம் என்பவைதான் பன்மைத்தன்மையை ஆதரிக்கிறவர்களின் வாதங்கள்.

விருப்பத் தெரிவு: நாடாளுமன்றம் பொது சிவில் சட்டம் ஒன்றைக் கொண்டுவந்தால், அந்தச் சட்டத்தால் கட்டுப்படுத்தப்படுவதற்கு அணியமாக இருக்கிறோம் என்று அறிவிக்கும் குழுகங்களுக்கு மட்டுமே அது செல்லுபடியாகும் விதத்தில் அமைத்துக் கொள்ளலாம். அதாவது நாட்டிலுள்ள ஒரு குழுகம் பொது சிவில் சட்டத்தை ஏற்க விரும்பவில்லை என்றால், அங்ஙனமே இயங்க அவர்களுக்கு முழு உரிமையும், சுதந்திரமும் இருக்க வேண்டும். ஆனால் அம்மாதிரி சிவில் சட்டங்கள் அரசியல் அமைப்புச்சட்டம் வழங்கும் அடிப்படை உரிமைகளை மீறாதவாறு பார்த்துக்கொள்வது அவசியம்.

கொஞ்சம் கொஞ்சமாக: பொது சிவில் சட்டம் போன்ற ஒட்டுமொத்தச் சீர்திருத்தத்துக்குப் பதிலாக, கொஞ்சம் கொஞ்சமாகச் சீர்திருத்தும் முறையைக் கைக்கொள்ளலாம். எடுத்துக்காட்டாக, பெண்களின் திருமண வயது குறித்த

ஜெயா ஜெயிட்லி தலைமையிலான நாடாளுமன்றப் பணிக்குழு (2020) தனிநபர் சட்டங்களை மாற்றுவதற்குப் பதிலாக, பெண்களுக்கு அதிகாரமளித்தல், பெண்கள் கல்வி மற்றும் உடல்நலம் பெறுவதற்கான வழிமுறைகள், குறித்த காலத்திற்கு முன்பான கர்ப்பங்கள் போன்ற அனைவராலும் ஏற்றுக்கொள்ளப்படும் விடயங்களில் ஊன்றி கவனம் செலுத்தியது. அதேபோல, ஆண்களுக்கும், பெண்களுக்கும் இடையே சமத்துவத்தைப் பேணுவதில் கவனம் செலுத்தலாம். ஆணாதிக்கச் சிந்தனைகளையும், செயல்பாடுகளையும் விட்டொழிப்பதில் ஆண்களும், ஆண்களுக்குச் சமமான தங்கள் அடையாளத்தை, உரிமைகளை நிலைநிறுத்துவதில் பெண்களும் ஆர்வம் காட்டாதவரை, பொது சிவில் சட்டம் செயலூக்கம் உடையதாக இருக்க முடியாது.

இன்னொரு அணுகுமுறை: அடுத்துவரும் 2024 நாடாளுமன்றத் தேர்தலை மனதில் வைத்துக்கொண்டுதான் பாரதீய ஜனதா கட்சியும், ஆட்சியும் பொது சிவில் சட்டம் எனும் சிக்கலான, உணர்ச்சியூட்டும் பிரச்சினையைக் கையில் எடுக்கிறார்கள். பாஜகவும், அதன் தலைமையும் கடந்த இரண்டு ஆண்டுகளாக கவனமாகத் திட்டமிட்டு, காய்நகர்த்தி இந்தியாவை இந்த முட்டுச்சந்தில் கொண்டுவந்து நிறுத்தியிருக்கிறார்கள். இந்த நேரத்தில் நாம் எப்படி இதனை அணுகப்போகிறோம் என்பது மிக மிக முக்கியமானது.

பணமதிப்பு நீக்கம், விலைவாசி உயர்வு, வேலையின்மை, வங்கித்துறை குளறுபடி, பொதுத்துறை அழிப்பு, சலுகைசார் முதலாளியம், நிர்வாகச் சீர்கேடு, தேச நிலமிழப்பு, வெறுப்பரசியல், சமூக வன்முறைகள் என வேதனைகள் மட்டுமே நிறைந்த, சாதனைகள் ஏதுமற்ற, ஒன்பதாண்டு கால அவலத்திலிருந்து மக்களின் கவனத்தைத் திசைதிருப்பவும், இந்து-முசுலீம் பிரிவினையை உண்டுபண்ணி, குறுக்குவழியில் தேர்தல் வெற்றியைத் தட்டிப் பறிக்கவும் கணக்குப் போடுகிறார்கள்.

எனவே "இங்கே, இப்போது வேண்டாம்" (Not 'here and now'), "நீயும், உன் திட்டமும் வேண்டாம்" (Not 'you and your plans') எனும் அணுகுமுறையை நாம் கையிலெடுக்கலாம்.

விலைவாசியும், வேலையின்மையும், ஏழ்மையும், வறுமையும் நாட்டின் பொருளாதாரத்தை நசுக்கி அழித்துக்கொண்டிருக்கும்போது, நாடு முழுக்க பெண்களும், பழங்குடி மக்களும், சிறுபான்மையினரும்,

தலித் மக்களும் பெரும் சமூக, அரசியல் நெருக்கடிகளுக்குள்ளாகிக் கொண்டிருக்கும்போது, ஒரு மிக முக்கியமான நாடாளுமன்றத் தேர்தலைச் சந்திக்க நாட்டுமக்கள் அணியமாகிக் கொண்டிருக்கும் இவ்வேளையில் பொது சிவில் சட்டம் பற்றிய விவாதங்களும், நடவடிக்கைகளும் எரியும் நெருப்பில் எண்ணெய் ஊற்றுவது போல அமையும் என்பதால், “இங்கே, இப்போது வேண்டாம்” என்று உரக்கச் சொல்வோம்.

அதேபோல, பார்ப்பனீய பாசிச இயக்கமான ஆர்.எஸ்.எஸ்.சின் பின்துணையோடு, சாதீயவாதம், மதவாதம், சிறுபான்மையினர் எதிர்ப்பு, பெண்ணடிமைத்தனம் போன்ற பிற்போக்குத்தனமான, அருவருக்கத்தக்க் கொள்கைகளும், செயல்பாடுகளும் கொண்ட பாரதீய ஜனதா கட்சி பொது சிவில் சட்டம் ஒன்றை உருவாக்குவதற்கான எந்தவிதமான தார்மீக உரிமையும், அருகதையும் உள்ள கட்சி அல்ல என்பதால், “நீயும், உன் திட்டமும் வேண்டாம்” என்று உறுதியுடன் முழங்குவோம். “இதனை இதனால் இவன்” முடிக்குமா என்கிற எளிய கேள்வியைக் கேட்டாலே, நமக்குத் தெளிவான விடை கிடைக்கும்.

பெரும்பாலான கட்சிகளின், தரப்புகளின் பிரதிநிதிகளை உள்ளடக்கிய தேசிய அரசு ஒன்றை நிறுவி, பொது சிவில் சட்டம் உருவாக்கும் முயற்சியை மேற்கொள்ளலாம்.

எது எப்படியாயினும் சரி, பொது சிவில் சட்டம் ஓர் இந்து-முசுலீம் பிரச்சினையாக மாறக்கூடாது, மாற்றவிடக் கூடாது என்பதில் கவனமாக இருப்போம். பிற மதக் குழுமங்களையும் களத்திற்குக் கொண்டு வருவோம். ‘ஒரே நாடு, ஒரே சட்டம்’ எனும் மோடியின் திட்டத்தை எதிர்க்கும் நடவடிக்கைகளில் கிறித்தவர்கள், சீக்கியர்கள், புத்த மதத்தவர், ஜெயின் மதத்தவர் ஆகியோரை இணைத்துக்கொண்டு ஒரு கூட்டமைப்பை உருவாக்கப் போவதாக அகில இந்திய முசுலீம் தனிநபர் சட்ட வாரியம் அறிவித்திருப்பது ஒரு சிறந்த முன்னுதாரணம்.

மத உணர்வுகளைத் தூண்டிவிட, வெறுப்பைப் பரப்ப, கோபத்தைக் கிளற, குழப்பம் விளைவிக்க, மக்களைப் பிரித்தாள, கலவரங்களை எழச்செய்ய, அந்தச் சந்தடியில் அப்பாவி சூத்திரர்களின் வாக்குகளை எளிதாகப் பெற திட்டம் தீட்டுகிறார்கள் என்றால், நாம் மிகுந்த கவனத்தோடும், பொறுப்புணர்வோடும் நடந்துகொள்ள வேண்டிய தேவை இருக்கிறது. எக்காரணம் கொண்டும், எந்த நிலையிலும் நம்முடைய சொல், செயல், சிந்தனை, குணநலன்கள்

எதிலும் எள்ளளவும் வன்முறை தலைதூக்காது பார்த்துக் கொள்வோம்.

"எண்ணித் துணிக கருமம் துணிந்தபின்
எண்ணுவம் என்பது இழுக்கு"

எனும் குறளை ஆட்சியாளர்களுக்கு நினைவூட்டுவோம்.

"சென்ற இடத்தால் செலவிடா தீதொரீஇ
நன்றின்பால் உய்ப்ப தறிவு"

எனும் குறளை நமக்கு நாமே சொல்லிக் கொள்வோம். மனத்தை சென்ற இடத்தில் செல்லவிடாமல், தீமையானதிலிருந்து நீக்கிக் காத்து நன்மையானதில் செல்லவிடுவதே அறிவாகும். வெறுப்பு, வேற்றுப்படுத்தல், பகைமை, கோபம், வன்மம், வன்முறை போன்ற எதிர்மறை உணர்வுகள் தோய்ந்த அரசியலை எதிர்கொள்வதற்கான நேர்மறைக் கருவிகள் அன்பு, அறம், அறிவு, ஆவதறிதல், ஆள்வினை, ஆற்றல் ஆகியவைதான்!

***